สูตรต้นกระเจยบ

ส่วนผสมที่ดีที่สุดสำหรับ ต้นกระเจี๊ยบ

มายา เฮล

1

สารบัญ

สารบัญ.....3

การแนะนำ.....6

สูตรพื้นฐาน.....7

1. รูส์.....8
2. สต็อกอาหารทะเล.....10
3. สต็อกสัตว์ปีก.....12
4. ข้าว.....14
5. เครื่องปรุงรสครีโอล.....16

สูตรต้นกระเจี๊ยบ.....18

6. ต้นกระเจี๊ยบไก่และกุ้ง.....19
7. กระเจี๊ยบเขียวกระเจี๊ยบ.....22
8. ต้นกระเจี๊ยบหอยเชลล์เตาอบดัตช์.....25
9. ต้นกระเจี๊ยบไก่เตาอบดัตช์.....27
10. ต้นกระเจี๊ยบเป็ดเตาอบดัตช์.....29
11. กัลฟ์โคสต์กัมโบ้.....32
12. ไก่ กุ้ง และ Tasso Gumbo.....36
13. ครีโอลต้นกระเจี๊ยบ.....40
14. ครีโอลซีฟู้ดต้นกระเจี๊ยบ.....43
15. ไก่และ Andouille Gumbo.....47
16. กุ้งและกระเจี๊ยบเขียว.....50
17. ซุปเปอร์กัมโบ้.....53
18. Cajun Hen Gumbo.....57
19. นกกระทาต้นกระเจี๊ยบ.....60
20. Gumbo z'Herbes.....63
21. Filet Gumbo.....66
22. ปลาดุกกระเจี๊ยบ.....69
23. กระหล่ำปลี.....72
24. ตุรกี Gumbo.....75
25. Gumbo น้อย Roux.....78
26. เป็ดและ Andouille Gumbo.....81
27. ห่านตุ๋นและฟัวกราส์จัมบาลายา.....84
28. จัมบาลายาสีดำ.....87

3

29. ไก่ กุ้ง และไส้กรอก จัมบาลายา..90

30. กุ้งและไส้กรอก จัมบาลายา..93

31. พาสต้า..96

32. JAMBALAYA หม้อหุงช้า..99

ลากเนียปเป้..**102**

33. กุ้งเครฟิช..103

34. CRAWFISH ÉTOUFFÉE..106

35. พายกุ้ง..109

36. ข้าวสกปรก..112

37. ไข่ซาร์ดู..115

38. ปลายข้าวและตะแกรง..118

39. พายเนื้อนัตชิโทชส์..121

40. หอยนางรมอาร์ติโชคต้นกระเจี๊ยบ..124

41. น้ำสลัดหอยนางรม..127

42. พายหม้อหอยนางรม..130

43. หอยนางรมร็อคกี้เฟลเลอร์ต้นกระเจี๊ยบ..133

44. REDFISH COURT BOUILLON..136

45. ถั่วแดงและข้าว..139

46. กุ้งและปลายข้าว..142

47. กุ้งรีมูเลด..145

48. เยลลี่พริกไทย..148

49. ยัดไส้ MIRLITONS..150

50. เต่ากระเจี๊ยบ..153

51. ข้าวถั่วไข่ดาว..157

52. หม้อตุ๋นอาหารเช้า HUEVOS RANCHEROS..160

53. มะม่วงและถั่วอาหารเช้า BURRITO BOWL..164

54. หม้อหุงช้ายัดไส้พริกหยวก..167

55. ถั่วผสม ข้าว..170

56. ถั่วปินโตและข้าวปั้น..173

57. ถั่วทอด ข้าว และไส้กรอกบอล..176

58. ข้าวเมล็ดยาวและถั่วพินโต..179

59. ไก่มะนาวกับข้าวเมล็ดยาวผัดไข่..182

60. ข้าวเมล็ดยาว HOPPIN 'JOHN..186

61. ถั่วและข้าว PINTO ที่ได้แรงบันดาลใจจากเม็กซิกัน..189

62. ถั่วปินโตและข้าวกับผักชี..192

63. ถั่วและข้าวสเปนปินโต..196

64. ข้าวหม้อเดียวและถั่ว..200

65. ถั่ว PINTO และข้าวใต้..202

66. ถั่วปินโตและข้าวและไส้กรอก..204

67. Gallopinto (ข้าวและถั่วนิการากัว)..............................207

68. ซอสถั่วและมะเขือเทศบนข้าว..................................211

69. ถั่วคาจันปินโต...215

70. ข้าวและถั่วกับชีส...218

71. ถั่วปินโตและข้าวหญ้าฝรั่น...221

72. ทาโก้ปรุงรสข้าวด้วยถั่วปินโต......................................224

73. ข้าวฟักทองอินเดียและถั่ว...227

74. ถั่วคาวบอยเม็กซิกัน..230

75. งานฉลองแคริบเบียน..232

76. Jamaican Jerk ขนุนและถั่วพร้อมข้าว.......................236

77. ข้าว Pilaf กับถั่ว ผลไม้ และถั่ว..................................239

78. ชามถั่วและข้าว cha cha cha....................................242

79. หัวผักกาดผัดกับ ถั่ว...245

80. ข้าวกับเนื้อแกะ ผักชีฝรั่ง และถั่ว................................248

81. ถั่ว Pinto วิเศษ..252

82. ข้าวและถั่วกับโหระพาเพสโต้.....................................255

83. สเต็กปีกกับถั่วและข้าว...257

84. ข้าวและถั่วแอฟริกัน...260

85. วัชพืช ถั่วพินโต และสลัดข้าว.....................................263

86. ถั่วปินโต ข้าว และสลัดผัก...266

87. ถั่วแระญี่ปุ่นและสลัดถั่วปินโต.....................................269

88. ข้าว & สลัดถั่วกับครูดิเต้สับ.......................................272

89. ถั่วและข้าว กระเจี๊ยบ..275

90. พริกคอนคาร์เน่...278

91. ข้าว กระเจี๊ยบมังสวิรัติ..280

92. เบอริโต้ถั่วและข้าว..283

93. ม้วนข้าวและถั่ว...286

94. Pinto Bean Flautas อบกับแป้งตอร์ติญ่า...................289

95. เอนชิลาดาข้าวและถั่วราดซอสแดง............................293

96. Quesadillas ข้าวและถั่ว...296

97. เค้ก Tacu Tacu เปรู..299

98. อัลคาไลน์ตุ๋นถั่วกับเกี๊ยว...303

99. แกงกระเจี๊ยบ..306

100. แกงยอดมะพร้าว...308

บทสรุป..**310**

การแนะนำ

ต้นกระเจี๊ยบ เป็นหัวใจสำคัญของการทำอาหารครีโอลและเคจัน ซึ่งเป็นอาหารบังคับในทุกเมนูของร้านอาหารและเป็นหัวใจของการทำอาหารที่บ้าน จัดแสดงหอยพื้นเมืองที่ดีที่สุด ตลอดจนไส้กรอกท้องถิ่น สัตว์ปีก เกมป่า และเครื่องเทศ มีต้นกำเนิดในหลุยเซียน่าในศตวรรษที่ 18 และได้ชื่อมาจากคำว่า Bantu ที่แปลว่ากระเจี๊ยบ (กอมโบ) หรือคำว่า ช็อกทอว์ ที่แปลว่า fil é (คอมโบ) ทั้งกระเจี๊ยบและฟิเลซึ่งเป็นใบสลิปเปอร์บดที่ใช้โดยชนพื้นเมืองอเมริกัน ทำหน้าที่เป็นสารเพิ่มความข้นสำหรับต้นกระเจี๊ยบ ร่วมกับรูส์ ซึ่งเป็นแป้งที่ชุบน้ำมันสีน้ำตาล สารเพิ่มความข้นที่พบมากที่สุดคือรูส์ ซึ่งคล้ายกับน้ำเกรวี่ ขอบเขตที่เป็นสีน้ำตาลจะเป็นตัวกำหนดสีของต้นกระเจี๊ยบ พ่อครัวท้องถิ่นมักจะใช้สีน้ำตาลเข้มเพื่อให้ผลิตภัณฑ์สำเร็จรูปมีรสชาติเข้มข้นและเข้มข้น ตามเนื้อผ้า หัวหอม ขึ้นฉ่าย และพริกหยวก (เรียกว่าอาหารสามอย่างของอาหารท้องถิ่น) และกระเทียมจะร้อนฉ่าในรูส์ และเติมน้ำสต๊อกเพื่อทำ ต้นกระเจี๊ยบ **ส่วนผสม** ตั้งแต่หอยไปจนถึงสัตว์ปีกไปจนถึงสัตว์ป่าสร้างประเภทและรสชาติของต้นกระเจี๊ยบ เครื่องปรุงรส เช่น พริกป่น โหระพา และใบกระวานช่วยเปลี่ยนรสชาติของอาหารเพื่อให้ผู้ปรุงอาหารพอใจ และต้นกระเจี๊ยบจะเสิร์ฟในชามข้าว

ลักษณะที่โดดเด่นที่สุดของต้นกระเจี๊ยบคือครีโอล (นิวออร์ลีนส์) และเคจัน (หลุยเซียน่าตะวันตกเฉียงใต้) ครีโอล ใช้มะเขือเทศและ *Cajun* ไม่ใช้ ดังนั้นสีหนึ่งเป็นสีน้ำตาลและอีกสีหนึ่งเป็นสีน้ำตาลแดง ต้นกระเจี๊ยบครีโอลมีแนวโน้มที่จะมีฐานที่บางกว่า ในขณะที่ต้นกระเจี๊ยบของเคจุนจะมีเนื้อเข้มข้นกว่า สีเข้มกว่า และหนากว่าในบางครั้ง และเหมาะสำหรับใช้เล่นเกมเช่นเป็ดป่า ในรัฐลุยเซียนาตอนใต้ กัมโบสเสิร์ฟบนโต๊ะอาหารทุกโต๊ะ ไม่ว่าจะรวยหรือจน และในร้านอาหารส่วนใหญ่ ไม่ว่าจะหรูหรืออื่นๆ

สูตรพื้นฐาน

1. รูส์

ทำให้ประมาณ 1 ถ้วย

วัตถุดิบ

น้ำมันพืช 1/2 ถ้วยตวง

แป้งอเนกประสงค์ 1/2 ถ้วยตวง

ทิศทาง

อุ่นน้ำมันในหม้อใบใหญ่และหนักบนไฟแรง ใส่แป้งและคนตลอดเวลาจน
ส่วนผสมเริ่มเป็นสีน้ำตาล ลดความร้อนลงเหลือปานกลางหรือต่ำปานกลาง
และปรุงอาหาร คนตลอดเวลาจนกว่ารูส์จะมีสีน้ำตาลปานกลางหรือสีของเนย
ถั่วหรือช็อกโกแลตนม

ถ้าคุณชอบกัมโบที่เข้มกว่า ให้ทาสีน้ำตาลต่อไปจนกว่ารูส์จะเปลี่ยนเป็นสี
เข้มแบบช็อกโกแลต ยิ่งรูส์เข้มขึ้น รูส์จะยิ่งบางลง อย่าเผารูส์ มิฉะนั้นจะ
ทำลายรสชาติของกระเจี๊ยบ ถ้าได้กลิ่นไหม้แสดงว่าสุกนานเกินไป กัมโบ
ส่วนใหญ่จะอร่อยและข้นเล็กน้อยเมื่อรูส์เป็นสีของช็อกโกแลตนม

2. สต็อกอาหารทะเล

ทำ 5 ถ้วย

วัตถุดิบ

เปลือกหอย 1 1/2 ปอนด์จากกุ้งกุ้งหรือปู

ทิศทาง

ใส่เปลือกหอยลงในหม้อขนาดกลางแล้วปิดด้วยน้ำเย็น นำไปต้ม. ปิดฝา ลด
ความร้อนลงเหลือไฟปานกลางและเคี่ยวต่ออีก 30 นาที ความเครียด.

3. สต็อกสัตว์ปีก

ทำให้ 8 ถ้วย

วัตถุดิบ

ไก่ 3 ปอนด์ ไก่งวงหรือกระดูกเป็ด

หัวหอมใหญ่ 1 หัว ปอกเปลือกและหั่นสี่เหลี่ยมลูกเต๋า

ก้านขึ้นฉ่าย 2 ต้น ผ่าครึ่ง

2 แครอท, ไตรมาส

พริกไทยดำ 1/2 ช้อนโต๊ะ

กระเทียมกลีบใหญ่ 2 กลีบ ผ่าครึ่ง

น้ำเย็น 10 ถ้วยตวง

ทิศทาง

ใส่ส่วนผสมทั้งหมดลงในหม้อขนาด 6 ควอร์ต นำไปต้ม. ลดความร้อนลง
เหลือปานกลาง ปิดฝาหม้อและเคี่ยวเป็นเวลา 2 1/2 ชั่วโมง เมื่อเย็นพอที่จะ
จับได้ ให้กรองออก ทำให้เย็นสนิทและรีดไขมันออกจากด้านบน หากจะทำ
ล่วงหน้า ให้แช่เย็นในตู้เย็นและตักไขมันแข็งออก

4. ข้าว

ทำให้ 6-8 เสิร์ฟ

วัตถุดิบ

น้ำ 2 ถ้วย

ข้าวเมล็ดยาวเสริมคุณค่า 2 ถ้วย

เกลือ 1/2 ช้อนชา

ทิศทาง

นำน้ำไปต้มในหม้อขนาดเล็กที่มีฝาปิด ใส่ข้าวและเกลือ ลดความร้อน ปิดฝา
และเคี่ยวบนไฟอ่อนสุดจนน้ำซึมประมาณ 20 นาที ไม่จำเป็นต้องกวน

5. เครื่องปรุงรสครีโอล

ทำให้ 2 1/2 ออนซ์

วัตถุดิบ

เกลือ 2 ช้อนโต๊ะ

พริกป่น 2 ช้อนชา

พริกไทยดำบดสด 4 ช้อนชา

ผงกระเทียม 4 ช้อนชา

พริกหยวก 4 ช้อนชา หวานหรือร้อนหรือเพื่อลิ้มรส

4 ช้อนชา เกลือขึ้นฉ่าย

พริกป่น 2 ช้อนชา

ทิศทาง

ผสมส่วนผสมทั้งหมดเข้าด้วยกันในชามขนาดกลาง เก็บในขวดเครื่องเทศ
ขนาด 2 1/2 ออนซ์ที่ทำความสะอาดแล้ว เครื่องปรุงรสจะรักษาความแข็ง
แรงเป็นเวลาหลายเดือน

สูตรต้นกระเจี๊ยบ

6. ต้นกระเจี๊ยบไก่และกุ้ง

เสิร์ฟ 4

วัตถุดิบ
น้ำมันคาโนลา 2 ช้อนโต๊ะ
แป้งอเนกประสงค์ $\frac{1}{4}$ ถ้วยตวง
1 หัวหอมขนาดกลางหั่นสี่เหลี่ยมลูกเต๋า
พริกหยวกสีเขียว 1 เม็ดหั่นสี่เหลี่ยมลูกเต๋า
ก้านขึ้นฉ่าย 2 ก้านหั่นสี่เหลี่ยมลูกเต๋า
3 กลีบกระเทียมสับ
โหระพาสดสับละเอียด 1 ช้อนโต๊ะ
พริกป่น $\frac{1}{4}$ ถึง $\frac{1}{2}$ ช้อนชา
ไวน์ขาวแห้ง $\frac{1}{2}$ ถ้วยตวง
1 (14 ออนซ์) มะเขือเทศหั่นสี่เหลี่ยมลูกเต๋าไม่ใส่เกลือ
น้ำ 2 ถ้วย
1 (10 ออนซ์) ห่อกระเจี๊ยบแช่แข็งหั่นบาง ๆ
ไส้กรอก andouille รมควัน 4 ออนซ์ หั่นสี่เหลี่ยมลูกเต๋า
กุ้งขนาดกลาง 1 ปอนด์ปอกเปลือกและผ่าซีก
อกไก่ปรุงสุก 1$\frac{1}{2}$ ปอนด์หั่นสี่เหลี่ยมลูกเต๋า

ทิศทาง

อุ่นน้ำมันในหม้อขนาดใหญ่หรือเตาอบแบบดัตช์โดยใช้ความร้อนสูงปาน
กลาง เพิ่มแป้งและปรุงอาหารโดยคนตลอด เวลา

ใส่หอมหัวใหญ่ พริกหยวก ขึ้นฉ่าย และกระเทียม แล้วปรุงอาหาร กวนเป็น
ครั้งคราวจนหัวหอมนิ่มประมาณ 5 นาที

เพิ่มโหระพาและพริกป่นและปรุงอาหารอีก 1 นาที ผัดไวน์และนำไปต้ม คน
เป็นครั้งคราว

ใส่มะเขือเทศกับน้ำผลไม้ น้ำเปล่า และกระเจี๊ยบลงไป เคี่ยวต่อประมาณ 15
นาที ใส่ไส้กรอกและกุ้งลงไปเคี่ยวต่ออีกประมาณ 5 นาที

ผัดไก่ที่ปรุงแล้วและเคี่ยวต่อไป   คนเป็นครั้งคราวจนกว่าไก่จะร้อนและกุ้งมีสี
ขุ่น

7. กระเจี๊ยบเขียวกระเจี๊ยบ

วัตถุดิบ

- กุ้งปอกเปลือกขนาดกลาง 1 ปอนด์

- อกไก่ไม่มีกระดูก 1/2 ปอนด์

- น้ำมัน มะพร้าว 1/2 ถ้วยตวง

- แป้ง อัลมอนด์ 3/4 ถ้วยตวง

- หัวหอมสับ 2 ถ้วย

- ขึ้นฉ่ายสับ 1 ถ้วยตวง

- พริกเขียวสับ 1 ถ้วย

- ยี่หร่าป่น 1 ช้อนชา

- 1 ช้อนโต๊ะ กระเทียมสดสับ

- โหระพาสดสับ 1 ช้อนชา

- พริกแดง 1/2 ช้อนชา

- 6 ถ้วยน้ำซุปไก่

- มะเขือเทศหั่นสี่เหลี่ยมลูกเต๋า 2 ถ้วย

- กระเจี๊ยบเขียวหั่นแว่น 3 ถ้วยตวง

- ผักชีฝรั่งสดสับ 1/2 ถ้วย

- ใบกระวาน 2 ใบ

- ซอสร้อน 1 ช้อนชา

ทิศทาง

a) ผัดไก่ด้วยไฟแรงจนเป็นสีน้ำตาลในหม้อใบใหญ่ นำออกและพักไว้ สับ
    หัวหอม ขึ้นฉ่าย และพริกเขียวแล้วพักไว้

b) ใส่น้ำมันและแป้งลงในหม้อ   คนให้เข้ากันและเป็นสีน้ำตาลเพื่อทำรูส์
    เมื่อผัดเสร็จแล้วให้ใส่ผักสับ ผัดด้วยไฟอ่อนเป็นเวลา 10 นาที

c) ค่อยๆ เติมน้ำซุปไก่ คนตลอดเวลา

d) **ส่วนผสม** อื่นๆ ทั้งหมด ยกเว้นกระเจี๊ยบ กุ้ง และผักชีฝรั่ง ซึ่งจะเก็บไว้
    ตอนท้าย

e) ปิดฝาและเคี่ยวเป็นเวลาครึ่งชั่วโมง   เปิดฝาออกและปรุงอาหารต่ออีก
    ครึ่งชั่วโมง คนเป็นครั้งคราว

f) ใส่กุ้ง กระเจี๊ยบ และผักชีฝรั่ง ปรุงอาหารต่อด้วยไฟอ่อน ๆ เป็นเวลา 15
    นาที

8. ต้นกระเจี๊ยบหอยเชลล์เตาอบดัตช์

เวลาทำอาหารทั้งหมด: 36 นาที
บริการ: 4
อุปกรณ์: เตาอบดัตช์ขนาด 12 นิ้ว

วัตถุดิบ
หอยเชลล์ทารก 2 ปอนด์
แป้ง 3 ช้อนโต๊ะ
2 หัวหอมสับ
2 พริกหยวกสับ
ผักชีฝรั่ง 1/2 ถ้วยสับ
กระเจี๊ยบ 2 ปอนด์หั่นบาง ๆ
น้ำมันปรุงอาหาร 4 ช้อนโต๊ะ
3 มะเขือเทศหั่นบาง ๆ
กระเทียมสับ 2 กลีบ
หยิกเกลือและพริกไทย

ทิศทาง

ทำรูส์โดยใช้แป้งและน้ำมันปรุงอาหาร.
ใส่พริกหยวก หัวหอม และกระเทียมลงไป ตามด้วยน้ำ เกลือ และพริกไทย
ใส่ขึ้นฉ่าย กระเจี๊ยบ และมะเขือเทศ ปรุงอาหารเป็นเวลา 30 นาทีโดยปิดฝา
เพิ่มหอยเชลล์และเคี่ยวต่ออีก 6 นาที

9. ต้นกระเจี๊ยบไก่เตาอบดัตช์

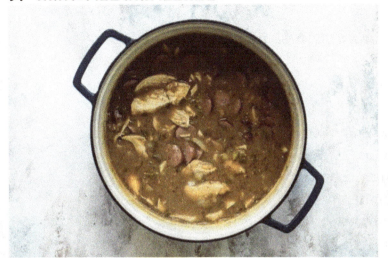

เวลาทำอาหารทั้งหมด: 15 นาที
บริการ: 6
อุปกรณ์: เตาอบดัตช์ขนาด 12 นิ้ว

วัตถุดิบ

น้ำมันปรุงอาหาร 2 ช้อนโต๊ะ
ผักชีฝรั่ง 1 ถ้วยสับ
กระเจี๊ยบ 2 ปอนด์หั่นบาง ๆ
กระเทียมสับ 2 กลีบ
3 มะเขือเทศหั่นบาง ๆ
แป้ง 2 ช้อนโต๊ะ
อกไก่ 2 ปอนด์หั่นสี่เหลี่ยมลูกเต๋า
เกลือและพริกไทย
2 พริกหยวกสับ
2 หัวหอมสับ

ทิศทาง

ทำรูส์โดยใช้แป้งและน้ำมันปรุงอาหาร. ปรุงอาหารในขณะที่โยนบ่อย ๆ จน
เป็นสีน้ำตาล
ใส่พริกหยวก หัวหอม และกระเทียมลงไป ตามด้วยน้ำ เกลือ และพริกไทย
ใส่ขึ้นฉ่าย กระเจี๊ยบ และมะเขือเทศ
หลังจากใส่ไก่แล้ว ให้ปรุงต่ออีก 6 นาที

10. ต้นกระเจี๊ยบเป็ดเตาอบดัตช์

เวลาทำอาหารทั้งหมด: 2 ชั่วโมง 20 นาที
เสิร์ฟ: 12
อุปกรณ์: เตาอบดัตช์ขนาด 12 นิ้ว

วัตถุดิบ
เป็ด:
ใบกระวาน 2 ใบ
เกลือ 3 ช้อนชา
เป็ด 3 ตัว
คื่นฉ่าย 2 ซี่โครง
น้ำ 1 แกลลอน
1 หัวหอมหั่นสี่เหลี่ยม
พริกไทย 1 ช้อนชา
2 แครอท
ต้นกระเจี๊ยบ:
น้ำมัน 1 ถ้วย
ผักชีฝรั่งสับ $\frac{1}{4}$ ถ้วย
แป้ง 1 ถ้วย
กระเทียมสับ 2 กลีบ
เซเลอรี่ $\frac{1}{2}$ ถ้วย สับ
พริกหยวก 1 ถ้วยหั่นสี่เหลี่ยมลูกเต๋า
ข้าวสวย 2 ถ้วยตวง
หอยนางรมและสุรา 1 จุด
1-กระเจี๊ยบทุบหั่นเป็นแว่น
หัวหอม 1 ถ้วยหั่นสี่เหลี่ยมลูกเต๋า
ไขมันเบคอน 4 ช้อนโต๊ะ
กุ้งดิบและปอกเปลือก 1 ปอนด์

ทิศทาง :

เป็ด

ปรุงเป็ด หัวหอม ใบกระวาน ขึ้นฉ่าย เกลือ และพริกไทยประมาณ 1 ชั่วโมง

สำหรับต้นกระเจี๊ยบ:

ผสมแป้งกับน้ำมันโดยใช้ Dutch Oven

ใส่กระเทียม หัวหอม ขึ้นฉ่าย และพริกหยวก ผัดกระเจี๊ยบในไขมันเบคอน เป็นเวลา 20 นาที

อุ่นน้ำซุปในหม้อ Gumbo ก่อนใส่ส่วนผสมของรูส์และผัก

ปรุงอาหารเป็นเวลา 1 ชั่วโมง ปิดด้วยกระเจี๊ยบเขียว

ใส่กุ้ง หอยนางรม และเหล้า

11. กัลฟ์โคสต์กัมโบ้

ทำให้ 8 เสิร์ฟ

วัตถุดิบ

น้ำมันพืช 1 ถ้วยตวง

1 1/2 ถ้วย แป้งอเนกประสงค์

หัวหอมสับ 2 1/2 ถ้วย

ขึ้นฉ่ายสับ 1 1/2 ถ้วยตวง

1 1/2 ถ้วยพริกหยวกสีเขียวสับ

กระเทียมสับ 3 ช้อนโต๊ะ

1 ช้อนชา Emeril's Original Essence หรือ Creole seasoning อื่นๆ

เกลือ 1 1/2 ช้อนชา

พริกไทยดำบดสด 1 ช้อนชา

พริกป่น 1/2 ช้อนชา

ใบกระวาน 2 ใบ

โหระพาแห้ง 1 ช้อนชา

ออริกาโนแห้ง 1 ช้อนชา

ไส้กรอกรมควัน 1 ปอนด์หั่นเป็นก้อนหนา 1/2 นิ้ว

ปูกระเจี๊ยบ 1 ปอนด์ลดลงครึ่งหนึ่ง (ดูหมายเหตุ)

น้ำสต๊อกกุ้งหรือน้ำเปล่า 10 ถ้วยตวง

หางกุ้งหลุยเซียน่าปรุงสุก 1 ปอนด์พร้อมไขมัน

กุ้งกุลาดำปอกเปลือกและผ่าซีก 1 ปอนด์

หัวหอมสับ 1/2 ถ้วยและอื่น ๆ สำหรับเสิร์ฟ

ใบผักชีฝรั่งสดสับ 1/4 ถ้วยและอื่น ๆ สำหรับเสิร์ฟ

ข้าวสวยสำหรับเสิร์ฟ

ทิศทาง

อุ่นเตาอบดัตช์ขนาดใหญ่หรือหม้อ *Gumbo* ที่มีก้นหนาบนไฟแรงเป็นเวลา 1 นาที ใส่น้ำมันอย่างระมัดระวังแล้วปัดแป้ง ลดไฟลงเหลือสูงปานกลางแล้วคนแป้งอย่างต่อเนื่อง ขูดก้นกระทะจนแป้งรูส์เป็นสีน้ำตาลสม่ำเสมอและสีของเนยถั่วเข้ม ประมาณ 15 นาที ถ้าแป้งเริ่มสีเร็วเกินไป ให้ลดไฟลงเหลือปานกลาง สิ่งสำคัญคือต้องดูรูส์และปรุงอาหารอย่างระมัดระวังเพื่อไม่ให้ไหม้ เมื่อได้สีที่ต้องการแล้ว ให้ใส่หัวหอม ขึ้นฉ่ายฝรั่ง พริกหยวก กระเทียมแก่น เกลือ พริกไทย พริกป่น ใบกระวาน โหระพา ออริกาโน และไส้กรอกต้มต่อไปอีก 5-7 นาที หรือจนกว่าผักจะนิ่ม

ใส่ปูและน้ำสต๊อกลงใน Dutch *Oven* แล้วนำไปต้ม ลดความร้อนลงจนเดือดปุดๆ และปรุงจนรสชาติเข้ากันและซอสนุ่มเนียนประมาณ 2 ชั่วโมง เติมน้ำสต็อกหรือน้ำเพิ่มหากต้นกระเจี๊ยบหนาเกินไประหว่างการปรุง ความหนาของต้นกระเจี๊ยบเป็นเรื่องของรสนิยมส่วนตัว บางคนชอบกระเจี๊ยบที่หนามาก ในขณะที่บางคนชอบกระเจี๊ยบที่บางและมีน้ำซุป เพิ่มปริมาณของเหลวเพื่อให้เหมาะกับความต้องการของคุณ

เมื่อต้นกระเจี๊ยบมีรสชาติและความหนาพอเหมาะ คนให้เข้ากันในกุ้งและกุ้งแล้วปรุงจนกุ้งสุกโดยใช้เวลาอีก 2-3 นาที ผัดในต้นหอมและผักชีฝรั่ง ชิมรสและปรับเครื่องปรุงหากจำเป็น

เสิร์ฟต้นกระเจี๊ยบบนชามข้าวสวยพร้อมผักชีฝรั่งสับและต้นหอมเพิ่มเติมตาม
ต้องการ

12. ไก่ กุ้ง และ Tasso Gumbo

ทำให้ 6-8 เสิร์ฟ

วัตถุดิบ

ต้นขาไก่ไม่มีกระดูก 4 ชิ้นหั่นเป็นชิ้นขนาด 2 นิ้วพร้อมผิวหนัง

เกลือโคเชอร์ 2 ช้อนชา

พริกปาปริก้า 1/2 ช้อนชา

พริกไทยดำบดสด 1/2 ช้อนชา

น้ำมันพืช 1 1/2 ถ้วยตวง

2 1/4 ถ้วยแป้งอเนกประสงค์แบ่ง

tasso หั่นสี่เหลี่ยมลูกเต๋า 1 ปอนด์

1 หัวหอมขนาดกลางหั่นสี่เหลี่ยมลูกเต๋า

พริก poblano 2 เม็ด หั่นสี่เหลี่ยมลูกเต๋าเล็กๆ

1 jalapeno ขนาดเล็กหั่นสี่เหลี่ยมลูกเต๋า

ก้านขึ้นฉ่าย 3 ก้านหั่นสี่เหลี่ยมลูกเต๋า

4 กลีบกระเทียมสับละเอียด

เกลือโคเชอร์ 2-3 ช้อนชา (เพิ่ม 2 เกลือ ชิมรสและเพิ่มถ้าจำเป็น)

พริกไทยดำบดสด 1 1/2 ช้อนชา

พริกป่น 1 ช้อนชา

พริกหยวก 1 ช้อนชา

โหระพาแห้ง 1 ช้อนชา

ผงเนื้อ 1 ช้อนชา

ใบกระวาน 6 ใบ

สต็อกไก่ 1 แกลลอน (หรือสต็อกกุ้งครึ่งตัวและสต็อกไก่ครึ่งตัว)

กุ้งหลุยเซียน่าปอกเปลือก 1 ปอนด์

ปรุงรสไก่ด้วยเกลือ ปาปริก้า และพริกไทย

ทิศทาง

ตั้งน้ำมันในหม้อก้นลึกหนา 2 แกลลอนให้ร้อนปานกลางถึงสูง น้ำมันควรร้อนฉ่าเบาๆ เมื่อพร้อม

เคลือบไก่ด้วยแป้ง 1/2 ถ้วยตวง แล้วทอดทั้งสองด้านในน้ำมันจนเป็นสีเหลืองทอง แล้วนำออกมาวางบนกระดาษเช็ดมือ ไม่จำเป็นต้องผ่านการปรุงอาหาร ณ จุดนี้ ใส่แป้งส่วนเกินจากการปรุงรสไก่ลงในแป้งที่เหลือแล้วใส่ลงในน้ำมัน คนด้วยไฟปานกลางประมาณ 40 นาที หรือจนกว่ารูส์จะเปลี่ยนเป็นสีน้ำตาลแดงเข้ม แต่ไม่เข้มเกินไป

หลังจากที่รูส์ได้สีที่ต้องการแล้ว ให้ใส่ซอสปรุงรส ผัก และเครื่องเทศทั้งหมด (สงวนเกลือไว้เล็กน้อย เพราะซอสบางชนิดมีรสเผ็ดกว่าชนิดอื่น) และปรุงอาหารประมาณ 4 นาที

ตีน้ำสต็อกและนำไปเคี่ยว ให้แน่ใจว่าได้คนก้นหม้อในขณะที่ต้นกระเจี๊ยบกำลังเดือดปุดๆ เพื่อไม่ให้ติดหม้อ หลนประมาณ 30 นาทีในขณะที่ไขมันทั้งหมดที่ลอยขึ้นสู่พื้นผิว

เพิ่มไก่และกุ้งที่ปรุงสุก ณ จุดนี้แล้วเคี่ยวต่ออีก 45 นาทีโดยยังคงลดไขมัน
ที่ลอยอยู่ด้านบน

เสิร์ฟทันทีหรือในวันถัดไปพร้อมข้าวสวยและสลัดครีมมันฝรั่ง เชฟลิงค์พูดว่า
"ฉันชอบจุ่มสลัดมันฝรั่งลงในต้นกระเจี๊ยบ"

13. ครีโอลต้นกระเจี๊ยบ

ทำให้ 8-10 เสิร์ฟ

วัตถุดิบ

Chaurice 1/2 ปอนด์หั่นเป็นชิ้นขนาดพอดีคำ

ไส้กรอกรมควัน 1/2 ปอนด์ หั่นเป็นชิ้นขนาดพอดีคำ

เนื้อตุ๋นเนื้อ 1/2 ปอนด์

กึ๋นไก่ 1/2 ปอนด์สับ

ปูกระเจี๊ยบ 1 ปอนด์

น้ำมันพืช 1/2 ถ้วยตวง

แป้งอเนกประสงค์ 1/2 ถ้วยตวง

2 หัวหอมใหญ่สับ

น้ำ 3 ลิตรหรือมากกว่านั้นตามต้องการ

ปีกไก่ 8 ชิ้น ตัดตรงข้อและปลายทิ้ง

แฮมรมควัน 1/2 ปอนด์ หั่นเป็นชิ้นขนาด 1/2 นิ้ว

พริกหยวก 1 ช้อนโต๊ะ

โหระพาแห้ง 1 ช้อนชา

เกลือ 1 ช้อนชา

3 กลีบกระเทียมสับ

กุ้งขนาดกลาง 1 ปอนด์ปอกเปลือกและผ่าหลัง

41

หอยนางรมแกะเปลือก 2 โหลพร้อมเหล้า

ผักชีฝรั่งใบแบนสับ 1/4 ถ้วย

ผงเนื้อ 1 ช้อนโต๊ะ

ข้าวขาวเมล็ดยาวหุงสุกสำหรับเสิร์ฟ

ทิศทาง

วางไส้กรอก เนื้อวัว เครื่องใน และปูในหม้อใบใหญ่และหนัก ปิดฝาและปรุงอาหารด้วยไฟปานกลางเป็นเวลา 30 นาที คนเป็นครั้งคราว คุณไม่จำเป็นต้องมีไขมันเพิ่ม เพราะเนื้อจะเพียงพอสำหรับทำอาหาร

ในขณะที่เนื้อกำลังทำอาหาร ทำรูส์: ตั้งน้ำมันให้ร้อนในกระทะ ใส่แป้ง และคนไปเรื่อยๆ โดยใช้ไฟปานกลางจนรูส์เนียนและมีสีน้ำตาลเข้ม เพิ่มหัวหอมและปรุงอาหารด้วยไฟอ่อนจนนิ่ม เทของในกระทะลงในหม้อที่ใส่เนื้อไว้ ผสมให้เข้ากัน ค่อยๆ คนในน้ำแล้วนำไปต้ม ใส่ปีกไก่ แฮม ปาปริก้า โหระพา เกลือ และกระเทียม ผัดเบา ๆ แล้วหรี่ไฟลง ปิดฝาและเคี่ยวเป็นเวลา 45 นาที ถ้าคุณชอบต้นกระเจี๊ยบที่บางกว่านี้ ให้เพิ่มน้ำตอนนี้

ใส่กุ้งและหอยนางรมแล้วปรุงต่ออีกหลายนาที คอยดูกุ้งเปลี่ยนเป็นสีชมพูและหอยนางรมม้วนงอ นานกว่านั้นกุ้งจะแข็ง นำหม้อออกจากเตา ผัดพาร์สลีย์และผงฟิเล แล้วรับประทานในชามกับข้าวสวยร้อนๆ

14. ครีโอลซีฟู้ดต้นกระเจี๊ยบ

ทำให้ 6-8 เสิร์ฟ

วัตถุดิบ

ปูม้าขนาดกลาง 6 ตัวหรือปูกระเจี๊ยบแช่แข็ง ละลายน้ำแข็ง

กุ้ง 2 1/2 ปอนด์ในเปลือกที่มีหัว

หอยนางรมแกะเปลือกขนาดกลางถึงใหญ่ 2 โหลพร้อมเหล้า

1 ถ้วยบวก 1 ช้อนโต๊ะคาโนลาหรือน้ำมันพืชอื่น ๆ แบ่ง

กระเจี๊ยบหั่นบาง ๆ 2 ถ้วยสดหรือแช่แข็งและละลาย

แป้งอเนกประสงค์ 1 ถ้วยตวง

หัวหอมใหญ่ 1 หัวสับ

หัวหอมสีเขียว 1 พวง สับ แยกส่วนสีขาวและสีเขียว

1 พริกหยวกสีเขียวสับ

2 ก้านขึ้นฉ่ายสับ

4 กลีบกระเทียมขนาดใหญ่สับ

มะเขือเทศสดขนาดใหญ่ตามฤดูกาล 2 ลูก ปอกเปลือกและสับ หรือมะเขือเทศหั่นสี่เหลี่ยมลูกเต๋า 1 กระป๋อง (16 ออนซ์) พร้อมน้ำผลไม้

ใบกระวาน 3 ใบ

เครื่องปรุงรสอิตาเลี่ยน 1 ช้อนชา

เกลือ พริกไทยดำบดสด และเครื่องปรุงรสครีโอลเพื่อลิ้มรส

ผักชีฝรั่งใบแบนสับ 1/4 ถ้วย

ข้าวขาวเมล็ดยาวหุงสุกสำหรับเสิร์ฟ

ทิศทาง

เตรียมปูตามที่อธิบายไว้ใน "การเตรียมปู" หน้า 23

แกะหัว ปอกเปลือก และผ่าหลังกุ้ง วางหัวและเปลือกในหม้อขนาดกลาง เติมน้ำให้พอท่วมเปลือกหอยอย่างน้อย 2 นิ้วแล้วนำไปต้ม ปิดฝา ลดความร้อนต่ำ และเคี่ยวเป็นเวลา 30 นาที เมื่อเย็นลงเล็กน้อย ให้กรองสต๊อกลงในถ้วยตวงขนาดใหญ่แล้วทิ้งเปลือกหอย

กรองหอยนางรมและเพิ่มเหล้าลงในน้ำสต๊อกกุ้ง เติมน้ำให้เพียงพอเพื่อสร้างของเหลว 7 หรือ 8 ถ้วย ณ จุดนี้ (ขึ้นอยู่กับว่าคุณชอบกระเจี๊ยบหนาแค่ไหน) ตรวจสอบหอยนางรมเพื่อหาเศษเปลือก

อุ่นน้ำมัน 1 ช้อนโต๊ะในกระทะกว้าง (ไม่ใช่ nonstick) แล้วใส่กระเจี๊ยบลงไปผัดด้วยไฟปานกลาง กวนเป็นครั้งคราวจนความหนืดหายไปประมาณ 15 นาที นำออกจากความร้อน

อุ่นน้ำมันที่เหลือในหม้อใบใหญ่และหนักบนไฟแรง ใส่แป้งและคนตลอดเวลาจนรูส์เริ่มเป็นสีน้ำตาล ลดความร้อนลงเหลือปานกลางหรือต่ำปานกลางและปรุงอาหาร กวนตลอดเวลา จนกว่ารูส์จะเป็นสีของดาร์กช็อกโกแลต

ใส่หัวหอม ส่วนสีขาวของต้นหอม พริกหยวก และขึ้นฉ่าย แล้วปรุง กวนจนโปร่งแสง เพิ่มกระเทียมและปรุงอาหารอีกสักครู่ ใส่มะเขือเทศและเหล้าหอยนางรม น้ำสต๊อกกุ้ง และน้ำผสมกันจนได้ความข้นและเนียนเล็กน้อย

ใส่กระเจี๊ยบ ปู ใบกระวาน และเครื่องปรุงรสอิตาเลียน ปรุงรสด้วยเกลือ พริกไทย และเครื่องปรุงรสครีโอล ปิดฝาและเคี่ยวเป็นเวลา 40 นาที

เพิ่มกุ้งและเคี่ยวต่ออีก 5 นาที ใส่หอยนางรมและเคี่ยวจนม้วนงอประมาณ 3 นาที

ปิดไฟ นำใบกระวานออก ผัดต้นหอมและผักชีฝรั่งส่วนใหญ่ เหลือไว้สำหรับโรยหน้า เสิร์ฟในชามข้าว ใส่ชิ้นส่วนของปูในแต่ละชามและโรยหน้าด้วยหัวหอมและผักชีฝรั่ง เสนอแครกเกอร์ปูหรือถั่วสำหรับขา

15. ไก่และ Andouille Gumbo

ทำให้ 6-8 เสิร์ฟ

วัตถุดิบ

ต้นขาไก่ไม่มีกระดูก 2 ปอนด์หั่นเป็นชิ้นขนาดพอดีคำหรือไก่ทั้งตัว 1 ตัวหั่น
เป็นชิ้น

ไส้กรอก andouille 1 ปอนด์หั่นเป็นชิ้นขนาดพอดีคำ

2 ช้อนโต๊ะบวกน้ำมันพืช 1/2 ถ้วยแบ่ง

แป้งอเนกประสงค์ 3/4 ถ้วยตวง

หัวหอมใหญ่ 1 หัวสับ

หัวหอมสีเขียว 1 พวง สับ แยกส่วนสีขาวและสีเขียว

1 พริกหยวกสีเขียวสับ

2 ก้านขึ้นฉ่ายสับ

4 กลีบกระเทียมสับละเอียด

น้ำสต็อกไก่ 6 ถ้วย

ใบกระวาน 2 ใบ

ครีโอลปรุงรส 1 ช้อนชา

เกลือและพริกไทยดำบดสดๆ เพื่อลิ้มรส

ผักชีฝรั่งใบแบนสับ 1/3 ถ้วย

ข้าวขาวเมล็ดยาวหุงสุกสำหรับเสิร์ฟ

ในหม้อใบใหญ่ที่หนัก ใส่ไก่และอันดูอิลเป็นสีน้ำตาลในน้ำมัน 2 ช้อนโต๊ะ นำเนื้อออกจากหม้อพักไว้

ใส่น้ำมันที่เหลือและแป้งลงในหม้อแล้วคนตลอดเวลาโดยใช้ไฟแรงจนรูส์ เริ่มเป็นสีน้ำตาล ลดความร้อนลงเหลือปานกลางหรือต่ำปานกลางและปรุง อาหาร กวนตลอดเวลา จนกว่ารูส์จะเป็นสีของดาร์กช็อกโกแลต

ใส่หัวหอม, ส่วนสีขาวของต้นหอม, พริกหยวก, ขึ้นฉ่าย, และกระเทียม แล้ว ผัดด้วยไฟอ่อนประมาณ 5 นาที ค่อยๆใส่น้ำสต็อกไก่ลงไปผัด เพิ่มใบ กระวานและเครื่องปรุงรสครีโอลและปรุงรสด้วยเกลือและพริกไทย ปิดฝา และปรุงอาหารประมาณ 45 นาทีถึง 1 ชั่วโมง

เพิ่มยอดต้นหอมและผักชีฝรั่งและนำใบกระวานออก เสิร์ฟในชามข้าวราด ซอสร้อนและขนมปังฝรั่งเศสร้อนๆ

16. กุ้งและกระเจี๊ยบเขียว

ทำให้ 8 เสิร์ฟ

วัตถุดิบ

กุ้งขนาดเล็กถึงขนาดกลาง 3 ปอนด์ในเปลือกที่มีหัวหรือกุ้งแช่แข็ง 1 1/2 ปอนด์ที่ปอกเปลือกและล้างแล้วละลาย

กระเจี๊ยบสด 1 ปอนด์หั่นเป็นชิ้นขนาด 1/4 นิ้วหรือกระเจี๊ยบแช่แข็งละลาย

1 ช้อนโต๊ะบวกน้ำมันพืช 1/2 ถ้วยแบ่ง

แป้งอเนกประสงค์ 1/2 ถ้วยตวง

หัวหอมใหญ่ 1 หัวสับ

หัวหอมสีเขียว 1 พวง สับ แยกส่วนสีขาวและสีเขียว

1 พริกหยวกสีเขียวสับ

2 ก้านขึ้นฉ่ายสับ

3 กลีบกระเทียมขนาดใหญ่สับ

มะเขือเทศหั่นสี่เหลี่ยมลูกเต๋า 1 ลูก (14.5 ออนซ์)

สต็อกกุ้ง 2 ควอร์ตหรือน้ำ

เครื่องปรุงรสครีโอล 1 1/2 ช้อนชา

ใบกระวาน 2 ใบ

โหระพาแห้ง 1/2 ช้อนชา

ผักชีฝรั่งใบแบนสับ 1/4 ถ้วย

ข้าวขาวเมล็ดยาวหุงสุกสำหรับเสิร์ฟ

ขนมปังฝรั่งเศส

ถ้าใช้กุ้งสด ให้แกะหัว ปลอกเปลือก และผ่าหลัง ใส่เปลือกและหัวลงในหม้อ
ขนาดกลาง เติมน้ำให้พอท่วมเปลือกหอยอย่างน้อย 2 นิ้วแล้วนำไปต้ม ปิด
ฝา ลดความร้อนต่ำ และเคี่ยวเป็นเวลา 30 นาที เมื่อเย็นลงเล็กน้อย ให้กรอง
สต็อกลงในถ้วยตวงขนาดใหญ่แล้วทิ้งเปลือกหอย

หากใช้กระเจี๊ยบสด ให้อุ่นน้ำมัน 1 ช้อนโต๊ะในกระทะขนาดกลางถึงใหญ่ ใช้
ไฟปานกลาง ต้มกระเจี๊ยบเขียว คนเป็นระยะๆ จนกว่าของเหลวที่จับตัวเป็น
ก้อนจะหายไป พักไว้

อุ่นน้ำมันที่เหลือในหม้อใบใหญ่และหนักบนไฟแรง ใส่แป้งและคนตลอด
เวลาจนรูส์เริ่มเป็นสีน้ำตาล ลดความร้อนลงเหลือปานกลางและปรุงอาหาร
กวนตลอดเวลา จนกว่ารูส์จะเป็นสีของช็อกโกแลตนม ใส่หัวหอมและส่วนสี
ขาวของต้นหอมลงไปผัด กวนจนหัวหอมเริ่มเป็นคาราเมล เพิ่มพริกหยวก
และขึ้นฉ่ายและปรุงอาหารจนเหี่ยว เพิ่มกระเทียมและปรุงอาหารอีกสักครู่

ใส่มะเขือเทศและค่อยๆ ผัดในน้ำสต็อกหรือน้ำ ใส่เครื่องปรุงรสทั้งหมด
ยกเว้นผักชีฝรั่ง ลดความร้อนลงเหลือน้อย ปิดฝาและเคี่ยวต่ออีก 30 นาที
ใส่กุ้งลงไปเคี่ยวจนกุ้งเปลี่ยนเป็นสีชมพูประมาณ 10 นาที นำออกจากเตา
แล้วใส่ต้นหอมและผักชีฝรั่งและนำใบกระวานออก

เสิร์ฟบนข้าวสวยร้อน ๆ พร้อมขนมปังฝรั่งเศสร้อน ๆ

17. ซุปเปอร์กัมโบ้

ทำให้ 10-12 เสิร์ฟ

วัตถุดิบ

กุ้ง 2 ปอนด์ในเปลือกหอยพร้อมหัว

ปูกระเจี๊ยบสดหรือแช่แข็ง 1 ปอนด์ ละลายถ้าแช่แข็ง

ไก่ 6 ชิ้น (เช่น น่องและน่อง)

เกลือ พริกไทย และเครื่องปรุงรสครีโอลเพื่อลิ้มรส

กระเจี๊ยบสด 1 ปอนด์หั่นเป็นชิ้นหรือกระเจี๊ยบแช่แข็งละลาย

1 ช้อนโต๊ะบวกน้ำมันพืช 1 ถ้วยแบ่ง

แป้งอเนกประสงค์ 1 ถ้วยตวง

หัวหอมใหญ่ 1 หัวสับ

หัวหอมสีเขียว 1 พวง สับ แยกส่วนสีขาวและสีเขียว

1 พริกหยวกสีเขียวสับ

2 ก้านขึ้นฉ่ายสับ

4 กลีบกระเทียมสับละเอียด

1/2 ปอนด์ andouille หรือไส้กรอกรมควันอื่น ๆ หั่นเป็นสี่เหลี่ยมตามยาว และหั่นหนา 1/4 นิ้ว

มะเขือเทศสด 2 ลูก หั่นเต๋า หรือ 1 กระป๋อง (14.5 ออนซ์)

วางมะเขือเทศ 2 ช้อนโต๊ะ

น้ำซุปไก่หรืออาหารทะเล 9 ถ้วย หรือทั้งสองอย่างรวมกัน

ใบกระวาน 3 ใบ

ครีโอลปรุงรส 1/2 ช้อนชา

เกลือ 1 ช้อนชา

เครื่องบดพริกไทยดำหลายรอบ

ผักชีฝรั่งใบแบนสับ 2 ช้อนโต๊ะ

ข้าวขาวเมล็ดยาวหุงสุกสำหรับเสิร์ฟ

แกะหัว ปอกเปลือก และผ่าหลังกุ้ง วางหัวและเปลือกในหม้อขนาดกลาง เติมน้ำให้พอท่วมเปลือกหอยอย่างน้อย 2 นิ้วแล้วนำไปต้ม ปิดฝา ลดความร้อน และเคี่ยวต่ออีก 30 นาที เมื่อเย็นลงเล็กน้อย ให้กรองสต็อกลงในถ้วยตวงขนาดใหญ่แล้วทิ้งเปลือกหอย

นำสิ่งอื่นที่ไม่ใช่เปลือกที่มีเนื้อปูออกจากตัวปู เหลือขาไว้และไขมันสีเหลืองและส้มเข้าที่ หากส่วนใดของเปลือกหอยจำเป็นต้องทำความสะอาด ให้ใช้ฟองน้ำทำความสะอาด

ล้างชิ้นไก่และผึ่งให้แห้ง โรยเกลือ พริกไทย และเครื่องปรุงรสแบบครีโอลให้ทั่ว

ในกระทะขนาดกลางให้ความร้อน 1 ช้อนโต๊ะน้ำมันพืช ใส่กระเจี๊ยบเขียวลงไปผัดด้วยไฟแรง คนบ่อยๆ จนเริ่มเป็นสีน้ำตาลเล็กน้อย ลดความร้อนลงเหลือปานกลางและปรุงอาหารต่อไปจนกว่าของเหลวเหนียวจะหายไป

ในหม้อใบใหญ่และหนัก ตั้งน้ำมันที่เหลือ 2 ช้อนโต๊ะและทอดชิ้นไก่ให้สุกทุกด้าน นำไก่ออกพักไว้

ใส่น้ำมันที่เหลือและแป้งลงในหม้อแล้วคนด้วยไฟแรงจนรูส์เปลี่ยนเป็นสี
น้ำตาลอ่อน ลดความร้อนลงเหลือปานกลางและปรุงอาหาร คนตลอดเวลา
จนรูส์เป็นสีน้ำตาลเข้ม (สีของเนยถั่วหรือเข้มกว่าเล็กน้อย) ระวังอย่าให้มัน
ไหม้

ใส่หัวหอม ส่วนสีขาวของต้นหอม พริกหยวก และขึ้นฉ่าย แล้วปรุง กวนจน
โปร่งแสง เพิ่มกระเทียมและปรุงอาหารอีกสักครู่ ใส่ไส้กรอก มะเขือเทศ และ
ซอสมะเขือเทศลงไป ปรุงต่ออีก 5 นาที ค่อยๆ ผสมน้ำสต๊อกลงไป

เพิ่มเครื่องปรุงรสทั้งหมดยกเว้นผักชีฝรั่ง นำไปต้มแล้วลดความร้อนลงจน
เดือดปุดๆ ปิดฝาและปรุงอาหารประมาณ 1 ชั่วโมง 20 นาที กวนเป็นครั้ง
คราวและตักไขมันออกจากด้านบน ใส่กุ้ง ผักชีฝรั่ง และยอดต้นหอม เปิดไฟ
และปรุงอาหารเป็นเวลาหลายนาทีจนกุ้งเปลี่ยนเป็นสีชมพู ชิมรสเพื่อปรับรส
และนำใบกระวานออก

เสิร์ฟในชามบนข้าวสวย

18. Cajun Hen Gumbo

ทำให้ 6-8 เสิร์ฟ

วัตถุดิบ

ไก่ 1 ตัว (5 ถึง 6 ปอนด์)

เกลือ พริกไทยดำบดสด และพริกป่นเพื่อลิ้มรส

น้ำมันพืช 3/4 ถ้วยแบ่ง

ไส้กรอก andouille 1/2 ปอนด์หั่นเป็นชิ้นขนาด 1/2-inch

1/2 ปอนด์ tasso ตัดเป็นชิ้น 1/2-inch

แป้งอเนกประสงค์ 3/4 ถ้วยตวง

2 หัวหอมขนาดกลางสับ

6 หัวหอมสีเขียวสับแยกส่วนสีขาวและสีเขียว

1 พริกหยวกสีเขียวสับ

3 ก้านขึ้นฉ่ายสับ

กระเทียมสับ 1 ช้อนโต๊ะ

น้ำสต๊อกไก่หรือน้ำเปล่า 6 1/2 ถ้วยตวง หรือทั้งสองอย่างรวมกัน

ใบกระวาน 3 ใบ

ครีโอลปรุงรสเพื่อลิ้มรส

ผักชีฝรั่งใบแบนสับ 3 ช้อนโต๊ะ

ข้าวขาวเมล็ดยาวหุงสุกสำหรับเสิร์ฟ

หั่นไก่เป็นชิ้นเหมือนหั่นไก่ เนื่องจากเต้านมมีขนาดใหญ่ตัดเป็น 3 ชิ้น ใช้
กระดูกหลังและเครื่องใน ยกเว้นตับ ล้าง เช็ดให้แห้ง และโรยให้ทั่วทุกด้าน
ด้วยเกลือและพริกไทย

ใช้หม้อขนาดใหญ่และหนักมาก ตั้งน้ำมัน 1/4 ถ้วยให้ร้อน แล้วทอดไก่ให้
สุกทุกด้าน นำไก่ออกจากหม้อพักไว้

ใส่น้ำมันที่เหลือและแป้งลงในหม้อแล้วคนตลอดเวลาบนไฟแรงจนรูส์เปลี่ยน
เป็นสีน้ำตาลอ่อน ลดความร้อนลงเหลือปานกลางและปรุงอาหาร คนตลอด
เวลาจนรูส์เป็นสีน้ำตาลเข้ม (สีของช็อกโกแลตนมหรือเข้มกว่าเล็กน้อย)

ลดความร้อนให้ต่ำ ใส่หัวหอม, ส่วนสีขาวของต้นหอม, พริกหยวก, ขึ้นฉ่าย,
และกระเทียม แล้วผัดจนโปร่งแสง ค่อยๆ ผสมน้ำสต็อกและ/หรือน้ำ เพิ่มใบ
กระวานและปรุงรสด้วย Creole seasoning ปิดฝาและเคี่ยวเป็นเวลา 3
ชั่วโมง คนเป็นครั้งคราว ขณะที่ต้นกระเจี๊ยบสุก ให้ตักไขมันออกจากผิว คุณ
สามารถพร่องไขมันได้มากถึง 1 ถ้วยตวง

เมื่อต้นกระเจี๊ยบสุกและเนื้อไก่นุ่ม ให้นำใบกระวานออกแล้วใส่ต้นหอมและ
ผักชีฝรั่งลงไปผัด เสิร์ฟในชามข้าว

19. นกกระทาตุ๋นกระเจี๊ยบ

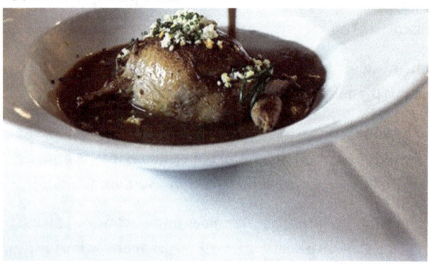

ทำให้ 8 เสิร์ฟ

วัตถุดิบ

8 นกกระทาสดหรือแช่แข็งละลาย

เกลือและพริกไทยดำบดสดๆ เพื่อลิ้มรส

บูดิน 1 ปอนด์หรือแยมบาลายาโฮมเมดประมาณ 4 ถ้วย (หรือใช้ส่วนผสม
ด่วนอย่าง Zatarain's หรือ Oak Grove)

น้ำมันพืช 3/4 ถ้วยตวง

แป้งอเนกประสงค์ 3/4 ถ้วยตวง

หัวหอมใหญ่ 1 หัวสับ

3 หัวหอมสีเขียวสับแยกส่วนสีขาวและสีเขียว

1 พริกหยวกสีเขียวสับ

4 กลีบกระเทียมขนาดใหญ่สับ

1/4 ปอนด์ tasso หรือ andouille (หรือไส้กรอกรมควันอื่น ๆ) หั่นเป็นชิ้น
ขนาดพอดีคำ

วางมะเขือเทศ 2 ช้อนโต๊ะ

6 ถ้วยสต็อกไก่โฮมเมดหรือกระป๋อง

โหระพาแห้ง 1 ช้อนชา

ใบกระวาน 3 ใบ

ครีโอลปรุงรส 1/2 ช้อนชา

เกลือขึ้นฉ่าย 1/2 ช้อนชา

ผักชีฝรั่งใบแบนสับ 3 ช้อนโต๊ะ

ล้างนกกระทาและนำขนที่เหลือออก ผึ่งให้แห้งแล้วปรุงรสด้วยเกลือและพริกไทยทั้งภายในและภายนอก หากใช้บูดิน ให้นำออกจากปลอก บรรจุนกกระทาแต่ละตัวด้วย boudin หรือ jambalaya ประมาณ 4 ช้อนโต๊ะและผูกเชือกรอบนกกระทาแต่ละตัวจากด้านหลังไปด้านหน้าไขว้ขาเพื่อบรรจุในไส้

ในหม้อขนาดใหญ่และหนัก ให้อุ่นน้ำมัน 3 ช้อนโต๊ะ และค่อยๆ ย่างให้นกกระทาเป็นสีน้ำตาลอ่อนทุกด้าน ขยับไปรอบๆ เพื่อไม่ให้หนังติด นำนกกระทาออกจากหม้อพักไว้

ใส่น้ำมันที่เหลือและแป้งลงในหม้อแล้วคนตลอดเวลาโดยใช้ไฟแรงปานกลางจนรูส์เริ่มเป็นสีน้ำตาล ลดความร้อนลงเหลือปานกลางและปรุงอาหารกวนตลอดเวลา จนกว่ารูส์จะเป็นสีของเนยถั่ว

ลดความร้อนให้ต่ำแล้วใส่หัวหอมและส่วนสีขาวของต้นหอมลงไป คาราเมลประมาณ 5 นาที เพิ่มพริกหยวกและปรุงอาหารจนเหี่ยว เพิ่มกระเทียมและปรุงอาหารอีก 1 นาที ใส่ซอสมะเขือเทศและทาซโซแล้วปรุงต่ออีกสองสามนาที ค่อยๆ ผัดน้ำสต็อก ตามด้วยเครื่องปรุงรสทั้งหมด ยกเว้นยอดต้นหอมและผักชีฝรั่ง นำไปต้มแล้วลดความร้อนให้ต่ำปานกลาง

นำนกกระทาใส่หม้อ ปิดฝา และเคี่ยวต่ออีก 30 นาที เมื่อเสร็จแล้วให้เพิ่มยอดต้นหอมและนำใบกระวานออก

ในการเสิร์ฟ ให้ใส่นกกระทา 1 ตัวลงในกระเจี๊ยบแต่ละชามแล้วโรยหน้าด้วยผักชีฝรั่ง

20. Gumbo z'Herbes

ทำให้ 8 เสิร์ฟ

วัตถุดิบ

กระดูกแฮมขนาดเล็ก 1 ชิ้นหรือก้อนแฮมรมควัน 1/2 ปอนด์

หอยนางรม 1 ไพน์กับเหล้า

น้ำมันพืช 1/2 ถ้วยตวง

แป้งอเนกประสงค์ 1/2 ถ้วยตวง

หัวหอมใหญ่ 1 หัวสับ

3 หัวหอมสีเขียวสับ

3 ก้านขึ้นฉ่ายสับ

3 กลีบกระเทียมสับ

ครีโอลปรุงรส 1/2 ช้อนชา

ใบกระวาน 3 ใบ

โหระพาแห้ง 1/2 ช้อนชา

น้ำตาล 1 ช้อนโต๊ะ

2 ถ้วยทำความสะอาดและสับผักมัสตาร์ด

2 ถ้วยทำความสะอาดและสับผักใบเขียว

4 ถ้วยทำความสะอาดและสับกระหล่ำปลีสีเขียว

ผักโขม 4 ถ้วย

ผักชีฝรั่งใบแบน 1 พวง

กะหล่ำปลีเล็ก 1/2 หัว สับหรือฝอย

2 ถ้วย endive ฉีกเป็นชิ้น ๆ

เกลือและพริกไทยดำบดสดๆ เพื่อลิ้มรส

ข้าวขาวเมล็ดยาวหุงสุกสำหรับเสิร์ฟ

หากใช้กระดูกแฮม ให้เคี่ยวในหม้อใบใหญ่ในน้ำ 2 ลิตร ปิดฝาไว้ 2 ชั่วโมง หรือจนกว่าเนื้อจะหลุดออกจากกระดูก เมื่อเย็นพอที่จะจับได้ ให้นำเนื้อออก จากกระดูกและพักไว้ ทิ้งกระดูกและเก็บสต็อกไว้ (คุณจะต้องใช้ประมาณ 7 ถ้วย)

กรองหอยนางรม กรองเอาแต่เหล้า และตรวจดูเศษเปลือกหอย คุณควรมี เหล้าประมาณ 1/2 ถ้วยตวง

ในหม้อใบใหญ่และหนัก ให้ผสมน้ำมันและแป้งเข้าด้วยกัน แล้วคนด้วยไฟ แรงจนรูส์เริ่มเป็นสีน้ำตาล ลดความร้อนลงเหลือปานกลางและปรุงอาหาร คนตลอดเวลาจนกว่ารูส์จะกลายเป็นสีของช็อกโกแลตนม เพิ่มหัวหอมทันที และเคี่ยวจนคาราเมล เพิ่มขึ้นฉ่ายและกระเทียมและเคี่ยวอีกสักครู่

ผัดในสต็อกแฮมที่สงวนไว้, สุราหอยนางรม (ประมาณ 1/2 ถ้วย), เครื่องปรุง รสครีโอล, ใบกระวาน, โหระพา, น้ำตาล, แฮมที่สงวนไว้หรือแฮมก้อนและ ผักใบเขียวและปรุงรสด้วยเกลือและพริกไทย เคี่ยวปิดฝาประมาณ 1 ชั่วโมง ใส่หอยนางรมและปรุงอาหารจนม้วนงอ ประมาณ 1 นาที ลิ้มรสและปรับรส ปิดไฟและนำใบกระวานออก

เสิร์ฟในชามกระเจี๊ยบบนข้าว

21. Filet Gumbo

ทำให้ 6-8 เสิร์ฟ

วัตถุดิบ

กุ้ง 2 ปอนด์ในเปลือกหอยพร้อมหัว

น้ำมันพืช 1/2 ถ้วยหรือหยดเบคอน

แป้งอเนกประสงค์ 1/2 ถ้วยตวง

1 หัวหอมสับ

1 พริกหยวกสีเขียวสับ

3 กลีบกระเทียมสับ

วางมะเขือเทศ 2 ช้อนโต๊ะ

ใบกระวาน 2 ใบ

เกลือ 1/2 ช้อนชา หรือตามชอบ

พริกไทยดำบดสด 1/2 ช้อนชาหรือเพื่อลิ้มรส

พริกป่น 1/2 ช้อนชา หรือตามชอบ

ผงเนื้อ 2 ช้อนโต๊ะ

เนื้อปูก้อนจัมโบ้ 1 ปอนด์

ข้าวขาวเมล็ดยาวหุงสุกสำหรับเสิร์ฟ

แกะหัว ปอกเปลือก และผ่าหลังกุ้ง วางหัวและเปลือกในหม้อขนาดกลาง
เติมน้ำให้พอท่วมเปลือกหอยอย่างน้อย 2 นิ้วแล้วนำไปต้ม ปิดฝา ลดความ
ร้อน และเคี่ยวต่ออีก 30 นาที เมื่อเย็นลงเล็กน้อย ให้กรองสต็อกลงในถ้วย

ตวงขนาดใหญ่แล้วทิ้งเปลือกหอย หากจำเป็น ให้เติมน้ำให้เพียงพอเพื่อให้
เป็นของเหลว 5 ถ้วยตวง พักไว้

ใส่น้ำมันและแป้งลงในหม้อขนาดใหญ่และหนัก คนตลอดเวลาบนไฟแรงจน
แป้งเริ่มเป็นสีน้ำตาล ลดความร้อนลงเหลือปานกลางและคนตลอดเวลาจน
กว่ารูส์จะเปลี่ยนเป็นสีน้ำตาลเข้ม

ใส่หัวหอมและพริกหยวกลงไปผัดจนสุก เพิ่มกระเทียมและปรุงอาหารอีกสัก
ครู่ ผัดมะเขือเทศวางและเคี่ยวประมาณ 5 นาที คนเป็นครั้งคราว ค่อยๆใส่น้ำ
สต๊อกกุ้งลงไปผัด ใส่เครื่องปรุงรสทั้งหมดยกเว้นเนื้อ ปิดฝา และเคี่ยวด้วย
ไฟอ่อนประมาณ 30 นาที

ใส่กุ้งและปรุงต่อเป็นเวลา 3 นาทีหากกุ้งตัวเล็ก หรือ 7 นาทีหากตัวใหญ่ ปิด
ความร้อน หากคุณเสิร์ฟต้นกระเจี๊ยบทั้งหมดทันที ให้ใส่เนื้อและผสมให้เข้า
กัน (ถ้าไม่มีให้ตักเนื้อปูใส่ชามทีละชิ้น) ค่อยๆ ผัดเนื้อปูลงไป

เสิร์ฟในชามบนข้าวสวยร้อนๆ หากคุณยังไม่ได้ใส่เนื้อสันใน ให้ใส่ 1/2-3/4
ช้อนชาในแต่ละชาม ขึ้นอยู่กับขนาดของชาม

22. ปลาดุกกระเจี๊ยบ

ทำให้ 6-8 เสิร์ฟ

วัตถุดิบ

นักเก็ตปลาดุก 3 ปอนด์แบ่ง

คาโนลา 1/2 ถ้วยหรือน้ำมันพืชอื่น ๆ

แป้งอเนกประสงค์ 1/2 ถ้วยตวง

หัวหอมใหญ่ 1 หัว สับ ปอกเปลือกและเล็มเอาแต่ใบ

พริกหยวกสีเขียว 1 เม็ด สับเมล็ดและเครื่องตัดแต่ง

2 ก้านขึ้นฉ่ายสับ

6 หัวหอมสีเขียวสับแยกส่วนสีขาวและสีเขียว

3 กลีบกระเทียมขนาดใหญ่สับ

1 (10 ออนซ์) มะเขือเทศ Rotel ดั้งเดิมพร้อมพริก

2 ถ้วยสับมะเขือเทศสดหรือกระป๋องหั่นสี่เหลี่ยมลูกเต๋า

สต็อก 3 ถ้วย

ไวน์ขาว 1/2 ถ้วยตวง

ใบกระวาน 3 ใบ

โหระพาแห้ง 1/2 ช้อนชา

น้ำมะนาวสด 1 ช้อนชา

วูสเตอร์ซอส 1/2 ช้อนชา

เครื่องปรุงรสครีโอล 1 1/2 ช้อนชา

เกลือและพริกไทยป่นสดเพื่อลิ้มรส

ผักชีฝรั่งใบแบนสับ 2 ช้อนโต๊ะ

ข้าวขาวเมล็ดยาวหุงสุกสำหรับเสิร์ฟ

ตัดนักเก็ตปลาดุก 2 ปอนด์เป็นก้อนขนาด 1 นิ้วแล้วพักไว้ วางนักเก็ตที่เหลือในหม้อขนาดเล็กที่มีน้ำ 4 ถ้วยและเครื่องตัดแต่งจากผักเพื่อทำน้ำสต๊อก ปิดฝาและเคี่ยวเป็นเวลา 45 นาที กรองสต็อกลงในถ้วยตวงขนาดใหญ่และทิ้งของแข็ง

ตั้งน้ำมันในหม้อใบใหญ่และหนัก. ใส่แป้งและคนตลอดเวลาบนไฟร้อนปานกลางเพื่อให้รูส์มีสีเข้มปานกลางเหมือนเนยถั่ว ใส่หัวหอม ส่วนสีขาวของต้นหอม พริกหยวก และขึ้นฉ่าย แล้วปรุงจนเหี่ยว เพิ่มกระเทียมและปรุงอาหารอีก 1 นาที

ใส่มะเขือเทศ น้ำสต๊อก 3 ถ้วย ไวน์ ใบกระวาน โหระพา น้ำมะนาว ซอส Worcestershire และเครื่องปรุงรสครีโอล แล้วปรุงรสด้วยเกลือและพริกไทย นำไปต้ม. ลดความร้อน ปิดฝา และเคี่ยวต่ออีก 30 นาที กวนเป็นครั้งคราว

ใส่ปลาดุกหั่นเต๋าลงไปต้ม ลดความร้อนและเคี่ยวจนปลาสุกประมาณ 5 นาที นำใบกระวานออกและเพิ่มผักชีฝรั่งและต้นหอม ปิดฝาและปล่อยให้ต้นกระเจี๊ยบพักประมาณหนึ่งชั่วโมง

อุ่นต้นกระเจี๊ยบและเสิร์ฟในชามข้าว

23. กระหล่ำปลี

ทำให้ 4-6 เสิร์ฟ

วัตถุดิบ

1 กะหล่ำปลีขนาดใหญ่ (ประมาณ 3 ปอนด์)

เบคอนหนา 4 ชิ้น

น้ำมันพืช 1/4 ถ้วยตวง (มากหรือน้อยตามต้องการ)

แป้งอเนกประสงค์ 1/2 ถ้วยตวง

1 หัวหอมสับ

1 พริกหยวกสีเขียวสับ

2 ก้านขึ้นฉ่ายสับ

3 กลีบกระเทียมขนาดใหญ่สับ

เกลือและพริกไทยดำบดสดๆ เพื่อลิ้มรส

น้ำตาล 1 ช้อนชา

ใบกระวาน 3 ใบ

ครีโอลปรุงรส 1 ช้อนชา

8 ถ้วยน้ำ

1 (10 ออนซ์) มะเขือเทศ Rotel ดั้งเดิมพร้อมพริกเขียว

แฮมรมควันชิ้นเล็ก 2 ชิ้น

ข้าวขาวเมล็ดยาวหุงสุกสำหรับเสิร์ฟ

ตัดกะหล่ำปลีเป็นชิ้นขนาดพอดีคำ ล้างสะเด็ดน้ำและพักไว้

ปรุงเบคอนในหม้อใบใหญ่และหนาจนกรอบ นำเบคอนออกจากหม้อแล้วพัก
ไว้. ค่อยๆ เทจาระบีเบคอนลงในถ้วยตวงใบใหญ่ แล้วเติมน้ำมันลงไปให้ได้
1/2 ถ้วยตวง นำจาระบีกลับไปที่กระทะแล้วใส่แป้ง คนตลอดเวลาบนไฟร้อน
ปานกลางเพื่อให้ได้รูส์สีน้ำตาลอ่อนหรือสีบัตเตอร์สก็อต

ใส่หัวหอม พริกหยวก และขึ้นฉ่าย แล้วผัดจนสุก เพิ่มกระเทียมและผัดอีกสัก
ครู่ ผัด **ส่วนผสม ที่เหลือ** และกะหล่ำปลีแล้วนำไปต้ม ลดความร้อน ปิดฝา
และเคี่ยวต่ออีก 1 ชั่วโมง คนเป็นครั้งคราว

เสิร์ฟในชามข้าวและท็อปด้วยเบคอนสำรองร่วน เสิร์ฟซอสร้อนที่ด้านข้าง

24. ตุรกี Gumbo

ทำให้ 6-8 เสิร์ฟ

วัตถุดิบ

ซากไก่งวงตั้งแต่ 1 ตัวขึ้นไป และไก่งวงที่เหลือ

น้ำมันพืช 1/2 ถ้วยตวง

แป้งอเนกประสงค์ 1/2 ถ้วยตวง

1 หัวหอมสับ

หัวหอมสีเขียว 1 พวงสับ

3 ก้านขึ้นฉ่ายสับ

3 กลีบกระเทียมสับ

น้ำเกรวี่ไก่งวงที่เหลือ (ไม่จำเป็น)

ใบกระวาน 2 ใบ

โหระพาแห้ง 1/2 ช้อนชา

เกลือ เครื่องปรุงรสแบบครีโอล และพริกไทยดำป่นสดๆ เพื่อลิ้มรส

ไส้กรอก andouille 1/2 ปอนด์ (หรือรมควันอื่น ๆ) หั่นเป็นชิ้นขนาดพอดีคำ

หอยนางรม 1 ไพน์ (ไม่จำเป็น)

ผักชีฝรั่งใบแบนสับ 3 ช้อนโต๊ะ

ข้าวขาวเมล็ดยาวหุงสุกสำหรับเสิร์ฟ

นำเนื้อออกจากซากไก่งวง หั่นเป็นชิ้นพร้อมกับไก่งวงที่เหลือ พักไว้

ใส่กระดูกไก่งวงลงในหม้อต้มน้ำ ปิดฝาแล้วนำไปต้ม ลดความร้อนต่ำปิดฝา และเคี่ยวเป็นเวลา 1 ชั่วโมง เมื่อเย็นพอที่จะจับได้ ให้กรองสต็อกลงในถ้วย ตวงขนาดใหญ่แล้วทิ้งกระดูก หากใช้หอยนางรม ให้กรองเหล้าหอยนางรม ลงในน้ำสต็อก หากจำเป็น ให้เติมน้ำเพื่อให้ได้ของเหลวอย่างน้อย 8 ถ้วย พักไว้

ในหม้อใบใหญ่ที่หนัก ตั้งน้ำมันให้ร้อนด้วยไฟปานกลาง-สูง ใส่แป้งและคน ตลอดเวลาจนรูส์เริ่มเป็นสีน้ำตาล ลดความร้อนลงเหลือปานกลางและปรุง อาหาร กวนตลอดเวลา จนกว่ารูส์จะกลายเป็นสีของเนยถั่ว

เพิ่มหัวหอมและขึ้นฉ่ายและเคี่ยวไฟอ่อนจนโปร่งแสง เพิ่มกระเทียมและปรุง อาหารอีกสักครู่ เติมน้ำสต็อก 8 ถ้วย (หรือมากกว่านั้น ถ้าคุณชอบกระเจี๊ยบ ที่บางกว่านี้ ถ้าคุณมีน้ำเกรวี่ไก่งวงเหลืออยู่ ให้เพิ่มที่จุดนี้)

เพิ่มเครื่องปรุงรสทั้งหมด (ยกเว้นผักชีฝรั่ง) และไส้กรอก ปิดฝาและเคี่ยว เป็นเวลา 30 นาที เพิ่มเนื้อไก่งวงและหอยนางรม (ถ้าใช้) และปรุงจนหอย นางรมขด 1-2 นาที นำใบกระวานออกและปรับเครื่องปรุงรส เพิ่มผักชีฝรั่ง และเสิร์ฟในชามข้าว

25. Gumbo น้อย Roux

ทำให้ 6-8 เสิร์ฟ

วัตถุดิบ

กุ้งขนาดกลาง 2 ปอนด์ในเปลือกที่มีหัวหรือกุ้งแช่แข็ง 1 ปอนด์ที่ปอก
เปลือกและล้างแล้วละลาย

กระเจี๊ยบสดฝานเป็นแว่น 3 ถ้วย หรือกระเจี๊ยบหั่นแช่แข็ง 3 ถ้วย ละลายน้ำ
แข็ง

ต้นขาไก่ไม่มีกระดูก 1 ปอนด์หั่นเป็นชิ้นขนาด 1 นิ้ว

ครีโอลปรุงรสสำหรับโรยไก่บวก 1/2 ช้อนชา

1 ช้อนชาบวกน้ำมันพืช 3 ช้อนโต๊ะ

หัวหอมใหญ่ 1 หัวสับ

1 พริกหยวกสีเขียวสับ

หัวหอมสีเขียว 1 พวงสับแยกส่วนสีเขียวและสีขาว

2 ก้านขึ้นฉ่ายสับ

3 กลีบกระเทียมสับ

1 (15 ออนซ์) สามารถบดมะเขือเทศ

4 ถ้วยกุ้งและ / หรือสต็อกไก่

เกลือ 1/2 ช้อนชา

10 บดในโรงงานพริกไทยดำ

เกลือขึ้นฉ่าย 1 ช้อนชา

ผักชีฝรั่งใบแบนสับ 1 ช้อนโต๊ะ

ผงเนื้อ 1 ช้อนโต๊ะ

ข้าวขาวเมล็ดยาวหุงสุกสำหรับเสิร์ฟ

หากใช้กุ้งสด ให้แกะหัวและเปลือกออกแล้วผ่าหลังกุ้งออก วางหอยและหัว
ลงในหม้อขนาดกลาง เติมน้ำให้ท่วมหอยอย่างน้อย 2 นิ้ว แล้วนำไปต้ม ปิด
ฝา ลดความร้อนต่ำ และเคี่ยวเป็นเวลา 30 นาที เมื่อเย็นลงเล็กน้อย ให้กรอง
สต็อกลงในถ้วยตวงขนาดใหญ่แล้วทิ้งเปลือกหอย คุณต้องมีสต็อก 4 ถ้วย
สำรองส่วนที่เหลือเพื่อใช้ในภายหลัง

อุ่นน้ำมัน 1 ช้อนชาในกระทะบนไฟร้อนปานกลางแล้วใส่กระเจี๊ยบลงไป ปรุง
อาหารโดยกลับด้านบ่อย ๆ จนกว่ากระเจี๊ยบเขียวจะลอกออกหมด พักไว้

โรยไก่ทุกด้านด้วยเครื่องปรุงรสครีโอล ตั้งน้ำมันที่เหลือให้ร้อนในหม้อใบ
ใหญ่และหนัก และใน 2 รอบ ให้ชิ้นไก่เป็นสีน้ำตาลทุกด้าน นำไก่ใส่จาน

ใส่หัวหอม ส่วนสีขาวของต้นหอม พริกหยวก และขึ้นฉ่ายลงในหม้อแล้วผัด
จนโปร่งแสง เพิ่มกระเทียมและผัดอีกสักครู่

ใส่ไก่ลงในหม้อแล้วใส่กระเจี๊ยบ มะเขือเทศ น้ำสต็อก เครื่องปรุงรสครีโอลที่
เหลือ เกลือ พริกไทย และเกลือขึ้นฉ่าย ปิดฝาและเคี่ยวเป็นเวลา 30 นาที

ใส่กุ้ง ต้นหอม และผักชีฝรั่ง แล้วปรุงต่ออีก 5-10 นาที หรือจนกว่ากุ้งจะเป็น
สีชมพู เพิ่มเนื้อลงในหม้อหากคุณต้องการเสิร์ฟต้นกระเจี๊ยบทั้งหมด เสิร์ฟใน
ชามข้าว หากคุณยังไม่ได้ใส่เนื้อสันใน ให้ใส่ 1/2-3/4 ช้อนชาในแต่ละชาม

26. เป็ดและ Andouille Gumbo

ทำให้ 6-8 เสิร์ฟ

วัตถุดิบ

ลูกเป็ด 1 ตัว (6 ปอนด์)

2 หัวหอม 1 ไตรมาสและอื่น ๆ สับ

ก้านขึ้นฉ่าย 4 ต้น หั่นเป็นชิ้น 2 ต้น และอีก 2 ต้นสับ

ใบกระวาน 4 ใบแบ่ง

พริกไทยดำสดเพื่อลิ้มรส

ไส้กรอก andouille 1 ปอนด์หั่นเป็นชิ้นขนาดพอดีคำ

น้ำมันพืช 3/4 ถ้วยตวง

แป้งอเนกประสงค์ 1 ถ้วยตวง

หัวหอมสีเขียว 1 พวง สับ แยกส่วนสีขาวและสีเขียว

1 พริกหยวกสีเขียวสับ

4 กลีบกระเทียมสับละเอียด

โหระพาแห้ง 1/2 ช้อนชา

ครีโอลปรุงรส 1/2 ช้อนชา

พริกป่น 1/4 ช้อนชา

ซอส Worcestershire 1 ช้อนโต๊ะ

เกลือเพื่อลิ้มรส

ผักชีฝรั่งใบแบนสับ 1/2 ถ้วย

ข้าวขาวเมล็ดยาวหุงสุกสำหรับเสิร์ฟ

ล้างเป็ดและนำไขมันส่วนเกินออก ใส่เป็ดลงในหม้อขนาดใหญ่แล้วปิดด้วยน้ำ ใส่หัวหอมหั่นสี่เหลี่ยม ขึ้นฉ่ายฝรั่ง ใบกระวาน 2 ใบ และบดหลายๆ ชิ้นในที่บดพริกไทย นำไปต้ม. ลดความร้อนลงและเคี่ยวจนเป็ดสุกประมาณ 45 นาที นำเป็ดออกจากหม้อพักไว้จนเย็นพอที่จะจับได้ เลาะกระดูกเป็ดออกแล้วหั่นเนื้อเป็นชิ้นขนาดพอดีคำ วางเนื้อไว้

นำกระดูกกลับไปที่หม้อและเคี่ยวเป็นเวลา 1 ชั่วโมง กรองสต็อกลงในชามขนาดใหญ่แล้วปล่อยให้เย็น แช่เย็นจนไขมันแข็งตัวและร่อนไขมันทิ้ง

ในกระทะขนาดใหญ่ให้ไส้กรอกเป็นสีน้ำตาลด้วยความร้อนสูงปานกลาง พักไว้

อุ่นน้ำมันในหม้อใบใหญ่และหนักบนไฟแรง ใส่แป้งและคนตลอดเวลาจนรูส์เริ่มเป็นสีน้ำตาล ลดความร้อนลงเหลือปานกลางหรือต่ำปานกลางและปรุงอาหาร กวนตลอดเวลา จนกว่ารูส์จะเป็นสีของดาร์กช็อกโกแลต

ใส่หัวหอมสับ ส่วนสีขาวของต้นหอม ขึ้นฉ่าย และพริกหยวก และปรุงอาหารกวนจนเหี่ยว เพิ่มกระเทียมและปรุงอาหารอีกสักครู่ ค่อยๆ ผสมน้ำสต๊อก 6 ถ้วยตวง (ถ้าคุณมีสต็อกเหลืออยู่ ให้แช่แข็งไว้ใช้อย่างอื่น) ใส่ใบกระวานที่เหลือและโหระพา เครื่องปรุงรสครีโอล พริกป่น และซอส Worcestershire แล้วปรุงรสด้วยเกลือ

ใส่ไส้กรอกและเป็ดลงไปเคี่ยวจนเป็ดนุ่มประมาณ 1 ชั่วโมง ผัดผักชีฝรั่งและต้นหอม

เสิร์ฟในชามข้าวราดซอสร้อนและขนมปังฝรั่งเศสร้อน ๆ ด้านข้าง

27. ห่านตุ๋นและฟัวกราส์จัมบาลายา

ทำให้ 4-6 เสิร์ฟ

วัตถุดิบ

เนื้อห่าน 1 ถ้วย

ฟัวกราส์ 6 ออนซ์ สับ

กระเทียม 12 กลีบ ปอกเปลือกและสับละเอียด

1 หัวหอมหั่นสี่เหลี่ยมลูกเต๋าขนาดกลาง

2 พริกหยวกสีเขียวหั่นสี่เหลี่ยมลูกเต๋าขนาดกลาง

6 ก้านขึ้นฉ่ายหั่นสี่เหลี่ยมลูกเต๋าขนาดกลาง

ใบกระวาน 2 ใบ

พริกป่น 1 ช้อนชา

4 ช้อนโต๊ะ เกลือโคเชอร์หรือเพื่อลิ้มรส

ไวน์แดง 1/2 ถ้วยตวง

ข้าว 2 ถ้วย

สต็อกสัตว์ปีก 4 ถ้วย

สะระแหน่สดสับ 1 ช้อนโต๊ะ

โหระพาสดสับ 1 ช้อนโต๊ะ

ปรุงเนื้อห่านในกระทะขนาดกลางบนไฟแรง กวนจนเนื้อห่านเป็นสีน้ำตาล ลดความร้อนลงเหลือน้อย เติมน้ำเล็กน้อย ปิดฝาให้สนิท ปรุงอาหารจนเนื้อ นุ่ม ประมาณ 1-2 ชั่วโมง

ตั้งกระทะก้นหนาบนไฟร้อนปานกลาง ใส่ฟัวกราส์ลงในกระทะแล้วคนให้
ละลายเป็นเวลา 5 วินาที ใส่กระเทียม หัวหอม พริกหยวก ขึ้นฉ่าย ใบ
กระวาน พริกป่น และเกลือ หมุนให้ทั่วด้วยช้อนไม้ประมาณ 3-5 นาที หรือ
จนกว่าหัวหอมจะโปร่งแสงและผักจะนิ่มและเริ่มเป็นสีน้ำตาล

เติมไวน์ลงไปแล้วคนตลอดเวลาเพื่อทำให้กระทะเคลือบ ปล่อยให้ของเหลว
ระเหยจนหมด

ใส่เนื้อ ข้าว และน้ำสต๊อก แล้วนำจัมบาลายาไปเคี่ยว ลดความร้อน ปิดฝาก
ระทะ และปรุงอาหารเป็นเวลา 10 นาที ปิดไฟ ปิดฝาหม้อไว้ และนึ่งต่อไป
จนกว่าข้าวจะสุกทั่ว ผัดข้าวด้วยส้อม แล้วใส่เซจและโหระพาลงไป

28. จัมบาลายาสีดำ

ทำให้ 10-12 เสิร์ฟ

วัตถุดิบ

น้ำมันพืช 1/4 ถ้วยตวง

ไส้กรอกรมควันหลุยเซียน่า 1 ปอนด์เช่น andouille, chaurice หรือหัวหอมสีเขียวหั่นเป็นก้อนหนา 1/4 นิ้ว

หัวหอมใหญ่ 1 หัวหั่นสี่เหลี่ยมลูกเต๋า

ก้านขึ้นฉ่าย 3 ก้านหั่นสี่เหลี่ยมลูกเต๋า

2 พริก poblano หั่นสี่เหลี่ยมลูกเต๋า

กระเทียมสับ 1/4 ถ้วยตวง

ก้นหมูรมควัน 1/2 ปอนด์ (ดูหมายเหตุ)

ต้นขาไก่รมควัน 1/2 ปอนด์ (ดูหมายเหตุ)

ถั่วตาดำ 1 กระป๋อง (12 ออนซ์)

น้ำสต๊อก 4 ถ้วย โดยเฉพาะหมู (ดูหมายเหตุ)

ออริกาโนสดสับ 2 ช้อนโต๊ะ

ผักชีฝรั่งใบแบนสับ 2 ช้อนโต๊ะ

โหระพาสดสับ 2 ช้อนโต๊ะ

เกลือโคเชอร์ 1 ช้อนโต๊ะ

พริกไทยดำบดสด 1 ช้อนชา

พริกป่น 1 ช้อนชา

ข้าวเมล็ดยาวของลุงเบน 2 ถ้วย

ในหม้อใบใหญ่และหนัก โดยเฉพาะเหล็กหล่อสีดำ ตั้งน้ำมันให้ร้อนด้วยไฟปานกลาง เพิ่มไส้กรอกและปรุงอาหารจนหยิก ใส่หัวหอม ขึ้นฉ่าย พริก และกระเทียม แล้วผัดจนโปร่งแสง ใส่หมูและปรุงอาหารเป็นเวลา 5 นาที คนบ่อยๆ เพิ่มไก่และปรุงอาหารอีก 5 นาที เพิ่มถั่วตาดำและปรุงอาหารอีก 5 นาที

เพิ่มสต็อกและนำไปต้ม ใส่สมุนไพรและเครื่องปรุงรส จากนั้นใส่ข้าวลงไปเคี่ยว ปิดฝาและปรุงอาหารด้วยไฟอ่อนจนข้าวสุกประมาณ 30 นาที

หมายเหตุ * หากไม่ต้องการให้หมูหรือไก่รมควัน ในการตุ๋นหมู ให้ถูกับเกลือและพริกไทยแล้วทำให้สุกทุกด้านในกระทะเหล็กสีดำ จากนั้นปรุงในน้ำบนเตาตั้งพื้นหรือในเตาอบจนกว่าเนื้อจะหลุดออกจากกระดูก จากนั้นคุณสามารถใช้น้ำเดือดสำหรับสต็อกได้ ในการเตรียมไก่ ให้ถูกับเกลือและพริกไทยแล้วทำให้สุกทุกด้านด้วยอุณหภูมิสูงจนเป็นคาราเมลและสุก 75 เปอร์เซ็นต์ ก่อนใส่ลงในจัมบาลายาเป็นชิ้นขนาดพอดีคำ

29. ไก่ กุ้ง และไส้กรอก จัมบาลายา

ทำให้ 6-8 เสิร์ฟ

วัตถุดิบ

ไก่ 1 ตัว หั่นเป็น 10 ชิ้น แบ่งอกออกเป็น 4 ส่วน เกลือ พริกไทยดำป่นสด และเครื่องปรุงรสครีโอล เพื่อลิ้มรส

น้ำมันพืช 1/4 ถ้วยตวง

ไส้กรอกรมควัน 1 ปอนด์โดยเฉพาะหมูหั่นเป็นก้อนหนา 1/4 นิ้ว

หัวหอมใหญ่ 1 หัวสับ

6 หัวหอมสีเขียวสับแยกส่วนสีเขียวและสีขาว

1 พริกหยวกสีเขียวสับ

2 ก้านขึ้นฉ่ายสับ

4 กลีบกระเทียมสับละเอียด

น้ำเปล่า 3 ถ้วยหรือมากกว่านั้นตามต้องการ

เกลือ 1/2 ช้อนชา

พริกไทยดำบดสด 1/2 ช้อนชา

ครีโอลปรุงรส 1 ช้อนโต๊ะ

ข้าวขาวเมล็ดยาว 1 1/2 ถ้วยตวง

กุ้ง 2 ปอนด์ ปอกเปลือกและผ่าหลัง หรือกุ้งแช่แข็งขนาดกลาง 1 ปอนด์ ปอกเปลือกและผ่าหลัง ละลาย

ผักชีฝรั่งใบแบนอิตาลีสับละเอียด 1/3 ถ้วยตวง

ล้างชิ้นไก่และซับให้แห้ง ปรุงรสทุกด้านด้วยเกลือ พริกไทยดำป่นสด และ
เครื่องปรุงรสครีโอล ตั้งน้ำมันในหม้อใบใหญ่และหนัก. เมื่อร้อน ทอดไก่ให้
สุกทุกด้านแล้วนำไปวางบนกระดาษเช็ดมือ ไส้กรอกสีน้ำตาลและนำออก
จากหม้อ

หากจำเป็น ให้ใส่น้ำมันเพิ่มให้เพียงพอเพื่อปิดก้นหม้อ ใส่หัวหอม ส่วนสีขาว
ของต้นหอม พริกหยวก และขึ้นฉ่าย แล้วผัดจนโปร่งใส เพิ่มกระเทียมและ
ผัดอีกสักครู่ เติมน้ำและเครื่องปรุงรสแล้วนำไปต้มบนไฟแรง ใส่ข้าว ปิดฝา
และลดไฟลง หลนเป็นเวลา 20 นาที ค่อยๆ ผัดกุ้ง (ณ จุดนี้ ควรยังมี
ของเหลวอยู่บ้างที่ก้นหม้อ หากไม่มี ให้เติมน้ำ 1/4 ถ้วยตวงเพื่อให้กุ้งสุก)
ใส่ต้นหอมซอย และผักชีฝรั่ง แล้วเคี่ยวต่อ อีก 10 นาที หรือจนกว่าน้ำจะซึม
หมด คนเบา ๆ เพื่อไม่ให้ส่วนผสมแตกตัว

เสิร์ฟร้อนกับขนมปังฝรั่งเศสร้อนและสลัดและซอสร้อนหลุยเซียน่าที่ด้านข้าง

30. กุ้งและไส้กรอก จัมบาลายา

ทำให้ 8-10 เสิร์ฟ

วัตถุดิบ

น้ำมันพืช 3 ช้อนโต๊ะ

หัวหอมขนาดกลาง 1 หัวสับ

หัวหอมสีเขียว 1 พวง สับ แยกส่วนสีขาวและสีเขียว

1 พริกหยวกสีเขียวสับ

2 ก้านขึ้นฉ่ายสับ

3 กลีบกระเทียมสับ

ไส้กรอกรมควัน 1 ปอนด์หั่นเป็นก้อนหนา 1/4 นิ้ว

มะเขือเทศหั่นสี่เหลี่ยมลูกเต๋า 1 ลูก (14.5 ออนซ์)

วางมะเขือเทศ 1 ช้อนโต๊ะ

น้ำสต็อกอาหารทะเล 3 ถ้วยตวง โดยเฉพาะอย่างยิ่ง น้ำสต๊อกไก่หรือน้ำ

โหระพาแห้ง 1/2 ช้อนชา

เครื่องปรุงรสครีโอล 1/4 ช้อนชา

เกลือ 1/2 ช้อนชา

พริกไทยดำบดสด 1/2 ช้อนชา

ซอส Worcestershire 1 ช้อนชา

ข้าว 1 1/2 ถ้วยตวง

กุ้งก้ามกรามหลุยเซียน่า 1 ปอนด์พร้อมไขมัน

ผักชีฝรั่งใบแบนสับ 2 ช้อนโต๊ะ

ตั้งน้ำมันในหม้อใบใหญ่และหนัก. ใส่หัวหอม ส่วนสีขาวของต้นหอม พริก
หยวก และขึ้นฉ่าย แล้วผัดจนโปร่งใส ใส่กระเทียมและไส้กรอกลงไปผัดอีก
สองสามนาที ใส่มะเขือเทศ วางมะเขือเทศ และน้ำซุปแล้วนำไปต้ม เพิ่ม
เครื่องปรุงรสยกเว้นผักชีฝรั่ง ลดความร้อนลงเหลือน้อย ปิดฝาและเคี่ยว
ประมาณ 5 นาที ต้มให้เดือดแล้วใส่ข้าวลงไป ลดความร้อนอีกครั้งและเคี่ยว
ปิดฝาเป็นเวลา 10 นาที ใส่เนื้อกุ้งและหัวหอมสีเขียวลงไป เคี่ยวจน
ของเหลวซึมเข้าไปอีกประมาณ 20 นาที นำออกจากเตาแล้วโรยหน้าด้วย
ผักชีฝรั่ง

31. พาสต้า

ทำให้ 6-8 เสิร์ฟ

วัตถุดิบ

น้ำมันพืช 3 ช้อนโต๊ะ เช่น คาโนลา

ไส้กรอกรมควัน 1/2 ปอนด์หั่นเป็นก้อนหนา 1/2 นิ้ว

อกไก่ไม่มีกระดูก 2 ชิ้น หั่นเป็นก้อนขนาดพอดีคำ

หัวหอมใหญ่ 1 หัวสับ

พริกหยวกเขียว 1/2 ลูกสับ

2 ก้านขึ้นฉ่ายสับ

6 หัวหอมสีเขียวสับ

3 กลีบกระเทียมขนาดใหญ่สับ

มะเขือเทศหั่นสี่เหลี่ยมลูกเต๋า 1 ลูก (14.5 ออนซ์)

น้ำซุปไก่ 3 ถ้วย โฮมเมดหรือกระป๋อง

โหระพาแห้ง 1/2 ช้อนชา

ครีโอลปรุงรส 1/2 ช้อนชา

เกลือและพริกไทยดำบดสดๆ เพื่อลิ้มรส

สปาเก็ตตี้หรือพาสต้าอื่นๆ 12 ออนซ์

ตั้งน้ำมันให้ร้อนในหม้อใบใหญ่และหนา. ย่างไส้กรอกทั้งสองด้านด้วยไฟแรง แล้วนำออกจากหม้อ ต้มไก่เป็นก้อนแล้วนำออกจากหม้อ ลดความร้อนลง เหลือไฟปานกลางแล้วผัดหัวหอม พริกหยวก ขึ้นฉ่าย และต้นหอมจนเหี่ยว

เพิ่มกระเทียมและผัดอีกสักครู่ ใส่มะเขือเทศและน้ำซุปไก่ลงไป แล้วใส่ไส้
กรอกและไก่ลงไปในหม้อ เคี่ยวปิดฝาเป็นเวลา 15 นาที

เพิ่มพาสต้าและคนลงในของเหลว เคี่ยว, ปิดฝา, ใช้ไฟปานกลาง-ต่ำ, คน
เป็นครั้งคราวเป็นเวลา 15 นาที หรือจนกว่าพาสต้าจะมีลักษณะเป็นอัลเดนเต้
และดูดซับของเหลวเกือบทั้งหมด

32. Jambalaya หม้อหุงช้า

ทำให้ 6-8 เสิร์ฟ

วัตถุดิบ

ต้นขาไก่ไม่มีกระดูก 1 1/2 ปอนด์ ล้าง ตัดไขมันส่วนเกินออก แล้วหั่นเป็นก้อนขนาด 1 นิ้ว

3 ลิงค์ไส้กรอกรมควัน Cajun (รวมประมาณ 14 ออนซ์) ตัดเป็นรอบหนา 1/4-inch

หัวหอมขนาดกลาง 1 หัวสับ

1 พริกหยวกสีเขียวสับ

ก้านขึ้นฉ่าย 1 ก้านสับ

3 กลีบกระเทียมสับ

วางมะเขือเทศ 2 ช้อนโต๊ะ

ครีโอลปรุงรส 1 ช้อนชา

เกลือ 1 ช้อนชา

พริกไทยดำบดสด 1/2 ช้อนชา

ซอสทาบาสโก 1/2 ช้อนชา

วูสเตอร์ซอส 1/2 ช้อนชา

น้ำซุปไก่ 2 ถ้วย

ข้าวเมล็ดยาว 1 1/2 ถ้วย

กุ้งขนาดกลาง 2 ปอนด์ปอกเปลือกและผ่าหลัง (ไม่จำเป็น)

ใส่ส่วนผสมทั้งหมด (ยกเว้นกุ้ง ถ้าใช้) ลงในหม้อหุงช้า ผัดให้เข้ากัน ปิดฝา และปรุงอาหารด้วยไฟอ่อนเป็นเวลา 5 ชั่วโมง

หากใช้กุ้ง ให้ค่อยๆ คนให้เข้ากันหลังจากปรุงครบ 5 ชั่วโมงแล้ว และปรุง ด้วยไฟแรงเป็นเวลา 30 นาทีถึง 1 ชั่วโมงขึ้นไป หรือจนกว่ากุ้งจะสุกแต่ไม่ สุกเกินไป

ลากเนียปเป้

33. กุ้งเครฟิช

ทำให้ 4 เสิร์ฟ

วัตถุดิบ

3 ช้อนโต๊ะบวกน้ำมันพืช 1/2 ถ้วยแบ่ง

หางกุ้งสด 2 ปอนด์แบ่งหรือ 2 แพ็คแช่แข็ง (1 ปอนด์) ละลายแบ่ง

1 หัวหอมสับและแบ่ง

หัวหอมสีเขียว 1 พวงสับและแบ่ง

1 พริกหยวกสีเขียวสับและแบ่ง

3 กลีบกระเทียมสับและแบ่ง

เกลือ 3/4 ช้อนชา แบ่งไว้

พริกไทยดำบดสด 3/4 ช้อนชา แบ่งไว้

เครื่องปรุงรสครีโอล 3/4 ช้อนชา แบ่งไว้

เกล็ดขนมปัง 2 ถ้วย ทำในเครื่องเตรียมอาหารจากขนมปังฝรั่งเศสเก่า

ไข่ 1 ฟอง

2/3 ถ้วยบวก 1/2 ถ้วยแป้งอเนกประสงค์แบ่ง

5 ถ้วยน้ำสต็อกอาหารทะเลหรือน้ำ

วางมะเขือเทศ 2 ช้อนโต๊ะ

หยิกพริกป่นหรือเพื่อลิ้มรส

ข้าวขาวเมล็ดยาวหุงสุก 2 ถ้วยตวง

ผักชีฝรั่งใบแบนสับ 2 ช้อนโต๊ะ

อุ่นเตาอบที่ 350°. สเปรย์ถาดอบขนาดใหญ่ด้วยสเปรย์ทำอาหาร nonstick และพักไว้

อุ่นน้ำมัน 3 ช้อนโต๊ะในกระทะใบใหญ่แล้วผัดหัวหอมครึ่งหัว ต้นหอม พริกหยวก และกระเทียม ใส่กุ้ง 1 ปอนด์ลงไปผัดประมาณ 5 นาที นำส่วนผสมไปที่เครื่องเตรียมอาหารและบดให้เนื้อดินเข้ากัน โอนส่วนผสมลงในชามแล้วเติมเกลือ 1/4 ช้อนชา พริกไทย 1/4 ช้อนชา เครื่องปรุงรสครีโอล 1/4 ช้อนชา เกล็ดขนมปัง และไข่ แล้วคนให้เข้ากัน

วางแป้ง 2/3 ถ้วยลงในจานอบตื้น ม้วนส่วนผสมเป็นลูกขนาด 1 นิ้ว ม้วนลูกบอลในแป้งแล้ววางบนถาดอบ นำเข้าอบโดยพลิกลูกหลาย ๆ ครั้งจนเป็นสีน้ำตาลอ่อนทั่วประมาณ 35 นาที พักไว้

อุ่นน้ำมันที่เหลือในหม้อขนาดกลางที่มีความร้อนสูงปานกลาง ใส่แป้งที่เหลือ คนตลอดเวลา จนเปลี่ยนเป็นสีเนยถั่ว ใส่หัวหอมที่เหลือ พริกหยวก และกระเทียม แล้วปรุงจนโปร่งแสง เติมน้ำสต็อกหรือน้ำ วางมะเขือเทศ เกลือ พริกไทย และเครื่องปรุงรสครีโอลที่เหลือ และพริกป่น เคี่ยว ปิดฝา 15 นาที

สับหางกุ้งที่เหลือและเพิ่มลงใน bisque และปรุงอาหารต่ออีก 15 นาที ปั่นด้วยเครื่องปั่นมือถือเพื่อให้ได้บิสกิตที่เนียนละเอียด ใส่ลูกชิ้นกุ้งและเคี่ยวต่ออีก 5 นาที

เสิร์ฟในชามข้าว โรยด้วยผักชีฝรั่ง

34. Crawfish Étouffée

ทำให้ 8-10 เสิร์ฟหรือเพียงพอสำหรับฝูงชนในบุฟเฟ่ต์ปาร์ตี้

วัตถุดิบ

เนย 3/4 ถ้วยหรือน้ำมันพืช

แป้งอเนกประสงค์ 3/4 ถ้วยตวง

หัวหอมใหญ่ 1 หัวสับ

หัวหอมสีเขียว 1 พวง สับ แยกส่วนสีขาวและสีเขียว

1 พริกหยวกสีเขียวสับ

3 ก้านขึ้นฉ่ายสับ

4 กลีบกระเทียมขนาดใหญ่สับ

วางมะเขือเทศ 3 ช้อนโต๊ะ

น้ำสต็อกอาหารทะเลหรือน้ำเปล่า 6 ถ้วยตวง (ดูหมายเหตุ)

โหระพาแห้ง 1/2 ช้อนชา

ใบกระวาน 3 ใบ

ครีโอลปรุงรส 1 ช้อนชา

เกลือ 1 ช้อนชา

น้ำมะนาวสด 1 ช้อนโต๊ะ

พริกป่นและพริกไทยดำบดสดๆ เพื่อลิ้มรส

หางกุ้ง 2-3 ปอนด์พร้อมไขมัน

ผักชีฝรั่งใบแบนสับ 3 ช้อนโต๊ะ

ข้าวขาวเมล็ดยาวหุงสุกสำหรับเสิร์ฟ

ในหม้อใบใหญ่และหนัก ให้ละลายเนยหรือตั้งน้ำมันให้ร้อนด้วยไฟปานกลาง เพิ่มแป้งและคนตลอดเวลา หากใช้เนย ให้ปรุงรูส์จนเปลี่ยนเป็นสีบลอนด์หรือสีทอง หากใช้น้ำมัน ให้ปรุงอาหารต่อโดยคนจนกว่ารูส์จะมีสีน้ำตาลปานกลาง ใส่หัวหอม, ส่วนสีขาวของต้นหอม, พริกหยวก, ขึ้นฉ่าย, และกระเทียมและผัด, คนจนโปร่งแสง

ใส่ซอสมะเขือเทศ น้ำสต็อกหรือน้ำ โหระพา ใบกระวาน เครื่องปรุงรสครีโอลเกลือ และน้ำมะนาว ปรุงรสด้วยพริกป่นและพริกไทย แล้วนำไปต้ม ลดความร้อน ปิดฝา และเคี่ยวต่ออีก 20 นาที หมั่นคนเป็นครั้งคราวและเล็มไขมันด้านบนออก ใส่กุ้ง ผักชีฝรั่ง และยอดต้นหอม นำไปต้ม ลดความร้อนและเคี่ยวประมาณ 10 นาที นำใบกระวานออก

เมื่อพร้อมเสิร์ฟ ค่อย ๆ อุ่นและเสิร์ฟบนข้าว

35. พายกุ้ง

ทำให้ 5 (5 นิ้ว) แต่ละพาย

วัตถุดิบ

แป้งเพียงพอสำหรับสี่พายขนาด 9 นิ้ว (ซื้อจากร้านค้าก็ได้)

หางกุ้งก้ามกราม 2 ปอนด์ที่มีไขมันแบ่งออก

เนย 6 ช้อนโต๊ะ

6 ช้อนโต๊ะ แป้งอเนกประสงค์

2 หัวหอมขนาดกลางสับ

1 พริกหยวกสีเขียวสับ

4 กลีบกระเทียมสับละเอียด

2 ถ้วยครึ่งและครึ่ง

เชอร์รี่ 4 ช้อนโต๊ะ

น้ำมะนาวสด 2 ช้อนโต๊ะ

เกลือ 1 ช้อนชา

15 เปิดเครื่องบดพริกไทยดำ

พริกป่น 1 ช้อนชา

ผักชีฝรั่งใบแบนสับ 4 ช้อนโต๊ะ

ไข่ขาว 1 ฟอง ตี

เปิดเตาอบที่ 350°.

รีดแป้งพายให้หนา 1/8 นิ้ว คุณควรมีแป้งเพียงพอสำหรับพายสองชั้นขนาด 5 นิ้ว 5 ถาด เพื่อให้ได้ขนาดที่เหมาะสมสำหรับแป้งด้านล่าง วางกระทะด้านหนึ่งคว่ำลงบนแป้งแล้วตัดแป้ง 1 นิ้วจากขอบกระทะ ควรตัดเปลือกด้านบนที่ 5 นิ้วเพื่อให้พอดีที่สุด วางแป้งด้านล่างลงในถาดพายและเก็บแป้งด้านบนไว้ในตู้เย็น

ในเครื่องเตรียมอาหาร ให้สับครึ่งหางของกุ้งกุลาดำจนเกือบบด ปล่อยให้คนอื่นทั้งหมด

ละลายเนยในหม้อหนาปานกลางหรือกระทะขนาดใหญ่บนไฟร้อนปานกลาง ใส่แป้งและคนตลอดเวลาจนรูส์เป็นสีน้ำตาลอ่อน ใส่หัวหอมและพริกหยวกลงไปผัดประมาณ 5 นาที เพิ่มกระเทียมและผัดอีก 1 นาที ใส่เชอร์รี่ น้ำมะนาว เกลือ พริกไทย พริกป่น และผักชีฝรั่งลงไป ปรุงเป็นเวลา 5 นาที ใส่เนื้อกุ้งสับและทั้งตัวแล้วปรุงต่ออีก 5 นาที

เติมเปลือกพายที่เตรียมไว้แต่ละชิ้นด้วยไส้กุ้งประมาณ 1 ถ้วย คลุมด้วยเปลือกด้านบนและจีบขอบ กรีดขอบด้านบนหลายๆ รอย แล้วทาด้วยไข่ขาว วางพายบนแผ่นคุกกี้แล้วอบจนไส้เป็นฟองและเปลือกเป็นสีน้ำตาลทองประมาณ 1 ชั่วโมง

36. ข้าวสกปรก

ทำให้ 8-10 เสิร์ฟ

วัตถุดิบ

3 ถ้วยน้ำ

ข้าวขาวเมล็ดยาว 1 1/2 ถ้วยตวง

1/4 บวกเกลือ 1 ช้อนชา แบ่งไว้

น้ำมันพืช 2 ช้อนโต๊ะ

1 หัวหอมสับ

6 หัวหอมสีเขียวสับแยกส่วนสีขาวและสีเขียว

1 พริกหยวกสีเขียวสับ

2 ก้านขึ้นฉ่ายสับ

3 กลีบกระเทียมสับ

เนื้อดิน 1 ปอนด์

ตับไก่ 1 ปอนด์สับ

พริกไทยดำบดสด 1/2 ช้อนชา

พริกป่น 1/2 ช้อนชา

ผักชีฝรั่งใบแบนสับ 1/3 ถ้วย

นำน้ำไปต้มในกระทะขนาดกลาง ใส่ข้าวและเกลือ 1/4 ช้อนชา ลดความร้อน ให้ต่ำ ปิดฝา และปรุงอาหารจนน้ำทั้งหมดถูกดูดซึม ประมาณ 20 นาที

ในหม้อขนาดกลางและหนัก ตั้งน้ำมันให้ร้อนแล้วผัดหัวหอม ส่วนสีขาวของต้นหอม พริกหยวก และขึ้นฉ่ายจนโปร่งแสง เพิ่มกระเทียมและผัดอีกสักครู่ ใส่เนื้อดินและสีน้ำตาลลงไป คนให้เข้ากัน ใส่ตับไก่ลงไปผัดต่อจนเนื้อและตับสุกประมาณ 10 นาที ใส่พริกไทยและพริกป่น ปิดฝาและเคี่ยวประมาณ 5 นาที

ผัดผักชีฝรั่งและต้นหอม ค่อยๆใส่ข้าวลงไป เสิร์ฟพร้อมซอสร้อนหลุยเซียน่าที่ด้านข้าง

37. ไข่ซาร์ดู

ทำให้ 4 เสิร์ฟ

วัตถุดิบ

สำหรับซอสฮอลแลนด์เดส

2 ไข่แดงขนาดใหญ่

น้ำมะนาวสด 1 1/2 ช้อนโต๊ะ

เนยจืด 2 แท่ง

เกลือและพริกไทยดำบดสดๆ เพื่อลิ้มรส

สำหรับไข่

ผักโขมสด 2 ถุง (9 ออนซ์)

น้ำมันมะกอก 1 ช้อนโต๊ะ

กระเทียมสับ 1 ช้อนชา

ครีมหนัก 1/3 ถ้วย

เกลือและพริกไทยดำบดสดๆ เพื่อลิ้มรส

8 ก้นอาติโช๊คปรุงสดหรือกระป๋อง

น้ำส้มสายชูขาว 2 ช้อนโต๊ะ

ไข่ 8 ฟอง

ทำซอส ใส่ไข่แดงและน้ำมะนาวลงในเครื่องปั่น ปั่นหลายครั้งเพื่อผสม

ละลายเนยในเหยือกแก้วในไมโครเวฟ ระวังอย่าให้เดือด ค่อยๆ เทเนยลงใน
ส่วนผสมของไข่และผสมจนเป็นซอสครีมข้น ปรุงรสด้วยเกลือและพริกไทย.

ในการทำไข่ ให้เตรียมผักโขมโดยผัดในน้ำมันมะกอกในกระทะ ผัดจนเหี่ยว
และยังเป็นสีเขียวสด ผัดครีมปรุงรสด้วยเกลือและพริกไทยและอุ่น

อุ่นก้นอาติโช๊คและทำให้อุ่น

เติมกระทะหรือหม้อตื้นด้วยน้ำ 2 1/2 นิ้ว ใส่น้ำส้มสายชูและนำไปตั้งไฟปาน
กลาง.

ตอกไข่ครั้งละ 4 ฟองลงในถ้วยใบเล็ก แล้วค่อยๆ เทลงในน้ำ เคี่ยวไข่จนไข่
ขึ้นฟู จากนั้นกลับด้านด้วยช้อน ปรุงอาหารจนไข่ขาวตั้ง แต่ไข่แดงยังไหล
อยู่ นำออกด้วยช้อน slotted และเช็ดให้แห้งด้วยกระดาษเช็ดมือ ทำซ้ำกับ
ไข่ที่เหลือ

ช้อนเสิร์ฟผักโขมในแต่ละจาน 4 จาน วางอาร์ติโชก 2 อันบนพื้นแต่ละจาน
ไว้ด้านบนของผักโขมและวางไข่ไว้บนอาติโช๊คแต่ละอัน ตักซอสฮอลแลน
เดซราดทุกอย่างและเสิร์ฟทันที

38. ปลายข้าวและตะแกรง

ทำให้ 6 เสิร์ฟ

วัตถุดิบ

เนื้อวัวหรือเนื้อลูกวัว 1 (3 ปอนด์) ทุบให้หนาประมาณ 1/4 นิ้ว

เกลือและพริกไทยดำบดสดๆ เพื่อลิ้มรส

แป้งอเนกประสงค์ 1 ถ้วยตวง

น้ำมันพืช 3/4 ถ้วยแบ่ง

หัวหอมใหญ่ 1 หัวสับ

1 พริกหยวกสีเขียวสับ

หัวหอมสีเขียว 1 พวงสับแยกส่วนสีเขียวและสีขาว

3 กลีบกระเทียมสับ

มะเขือเทศขนาดใหญ่ 1 ลูกสับ

วางมะเขือเทศ 1 ช้อนโต๊ะ

ไวน์แดง 1/2 ถ้วยตวง

3 ถ้วยน้ำ

น้ำส้มสายชูไวน์แดง 1 ช้อนชา

โหระพาแห้ง 1/2 ช้อนชา

ซอส Worcestershire 1 ช้อนโต๊ะ

เกลือ พริกไทยดำบดสด และเครื่องปรุงรสครีโอลเพื่อลิ้มรส

119

ผักชีฝรั่งใบแบนสับ 3 ช้อนโต๊ะ

ปลายข้าวสำหรับเสิร์ฟ 6 ชิ้น ปรุงตาม ทิศทาง ของบรรจุภัณฑ์

หั่นเนื้อเป็นชิ้นขนาดประมาณ 2 x 3 นิ้ว ปรุงรสทั้งสองด้านด้วยเกลือและ
พริกไทย

อุ่นน้ำมัน 1/4 ถ้วยตวงในกระทะขนาดใหญ่และหนัก แล้วใส่แป้งลงในชาม
หรือจานตื้นๆ หั่นสเต็กแต่ละชิ้นในแป้ง สลัดส่วนเกินออก และทำให้ทั้งสอง
ด้านเป็นสีน้ำตาล โอนเนื้อไปยังกระดาษเช็ดมือ

ใส่น้ำมันที่เหลือลงในกระทะแล้วผัดหัวหอม ส่วนสีขาวของต้นหอม พริก
หยวก และกระเทียมจนโปร่งแสง ใส่มะเขือเทศ วางมะเขือเทศ ไวน์ น้ำ
น้ำส้มสายชู โหระพา ซอส Worcestershire และเนื้อ ปรุงรสด้วยเกลือ
พริกไทย และเครื่องปรุงรสครีโอล นำไปต้ม. ลดความร้อน ปิดฝา และเคี่ยว
จนเนื้อนุ่ม ประมาณ 1 1/2 ชั่วโมง เพิ่มยอดผักชีฝรั่งและต้นหอมและเสิร์ฟ
บนปลายข้าว

39. พายเนื้อนัตชิโทชส์

ทำให้ประมาณ 24

วัตถุดิบ

น้ำมันพืช 2 ช้อนโต๊ะ

หัวหอมใหญ่ 1 หัวสับ

6 หัวหอมสีเขียวสับ

1 พริกหยวกสีเขียวสับ

3 กลีบกระเทียมสับ

เนื้อดิน 1 ปอนด์

หมูบด 1 ปอนด์

ครีโอลปรุงรส 1 ช้อนชา

เกลือ 1/2 ช้อนชา

พริกไทยดำบดสด 1/2 ช้อนชา

พริกป่น 1/4 ช้อนชา

แป้งอเนกประสงค์ 1/4 ถ้วยตวง

1 ห่อ (2 เปลือก) เปลือกโลกแช่เย็น

2 ไข่ขาวตี

ตั้งน้ำมันให้ร้อนในกระทะขนาดใหญ่และหนัก ใส่ผักและผัดจนโปร่งแสง ใส่
เนื้อลงไปผัด กวนเป็นครั้งคราวด้วยไฟแรงสักครู่ ลดความร้อนและปรุง
อาหารต่อไป สับเนื้อด้วยช้อนจนเป็นสีน้ำตาลทั่วถึง เพิ่มเครื่องปรุงรสและ

แป้งและปรุงอาหารต่ออีก 10 นาที นำออกจากความร้อน ไส้สามารถทำล่วง หน้าและแช่เย็นจนกว่าคุณจะพร้อมใช้งาน

เมื่อคุณพร้อมที่จะทำพาย เปิดเตาอบที่ 350° สเปรย์คุกกี้ 2 แผ่นด้วยสเปรย์ ทำอาหารแบบนอนสติ๊ก

วางพายที่แช่เย็นไว้บนพื้นผิวเรียบแล้วรีดให้บางลงเล็กน้อย ใช้ที่ตัดบิสกิต ขนาดกลาง ตัดวงกลมออก วางช้อนโต๊ะกองๆ ของไส้ลงบนครึ่งหนึ่งของ วงกลมแต่ละวง โดยเว้นขอบไว้ นี่จะเป็นด้านล่างของพาย เติมน้ำลงในชาม ใบเล็ก จุ่มนิ้วลงในน้ำและเปียกขอบของแป้งครึ่งล่างแล้วพับด้านบนเพื่อ สร้างการหมุนเวียน ปิดผนึกขอบด้วยส้อมและวางพายห่างกันประมาณ 1 นิ้ว บนแผ่นคุกกี้ที่เตรียมไว้

ทาพายด้วยไข่ขาวแล้วกรีดเล็กๆ สองสามรอยที่ด้านบนของพายแต่ละอัน นำเข้าอบจนเป็นสีเหลืองทอง

40. หอยนางรมอาร์ติโชคต้นกระเจี๊ยบ

ทำให้ 6-8 เสิร์ฟ

วัตถุดิบ

หอยนางรมแกะเปลือก 3 โหลพร้อมเหล้าและเหล้าเพิ่มเติมถ้ามี

เนย 1 ก้อน

แป้งอเนกประสงค์ 1/2 ถ้วยตวง

หัวหอมใหญ่ 1 หัวสับ

6 หัวหอมสีเขียวสับแยกส่วนสีขาวและสีเขียว

2 ก้านขึ้นฉ่ายสับ

4 กลีบกระเทียมขนาดใหญ่สับ

เหล้าหอยนางรม 6 ถ้วยและน้ำสต๊อกอาหารทะเล (หรือน้ำสต๊อกไก่เล็ก
น้อย)

1 (14 ออนซ์) สามารถหั่นหัวใจอาติโช๊คเป็นสี่ส่วน ระบายออกและหั่นเป็นชิ้น
ขนาดพอดีคำ

พริกป่น 1/4 ช้อนชา

ครีโอลปรุงรส 1 ช้อนชา

เกลือขึ้นฉ่าย 1/2 ช้อนชา

ซอส Worcestershire 1 ช้อนชา

เกลือและพริกไทยดำบดสดๆ เพื่อลิ้มรส

1 ถ้วยครึ่งและครึ่ง

ผักชีฝรั่งใบแบนสับ 2 ช้อนโต๊ะ

กรองหอยนางรมและสำรองเหล้า ตรวจสอบหอยนางรมเพื่อหาเศษเปลือก
หอยและพักไว้

ในหม้อขนาดใหญ่ ละลายเนยบนไฟอ่อนแล้วใส่แป้งลงไป คนตลอดเวลาจน
ข้นและเริ่มเปลี่ยนเป็นสีน้ำตาล (รูส์สีบลอนด์) ใส่หอมหัวใหญ่ ส่วนสีขาวของ
ต้นหอม และขึ้นฉ่าย ผัดจนสุก เพิ่มกระเทียมและผัดอีกสักครู่

ใส่เหล้าหอยนางรม น้ำสต็อก อาร์ติโชก พริกป่น เครื่องปรุงรสครีโอล เกลือ
ขึ้นฉ่าย และซอส Worcestershire แล้วปรุงรสด้วยเกลือและพริกไทย
(เริ่มด้วยเกลือเพียงเล็กน้อยเนื่องจากหอยนางรมอาจมีรสเค็ม) ปิดฝาและ
เคี่ยวเป็นเวลา 10 นาที ใส่ครึ่งและครึ่งนำไปต้มจนเกือบเดือดแล้วใส่หอย
นางรม ลดความร้อนและเคี่ยวนานหลายนาทีหรือจนกว่าหอยนางรมจะม้วน
งอ ปิดไฟแล้วผัดต้นหอมและผักชีฝรั่ง ปรับรสก่อนเสิร์ฟ

41. น้ำสลัดหอยนางรม

ทำให้ 8-10 เสิร์ฟ

วัตถุดิบ

ขนมปังฝรั่งเศสก้อนอายุ 1 วันฉีกเป็นชิ้นขนาดพอดีคำ

หอยนางรมแกะเปลือกแล้ว 3 โหล กรองเอาแต่น้ำและเหล้า

สุราหอยนางรมบวกไก่หรือไก่งวงเพียงพอที่จะทำ 2 ถ้วย

เนย 1 ก้อน

1 หัวหอมสับ

หัวหอมสีเขียว 1 พวงสับ

3 ก้านขึ้นฉ่ายสับ

3 กลีบกระเทียมสับ

ผักชีฝรั่งใบแบนสับ 3 ช้อนโต๊ะ

เกลือ 1/2 ช้อนชา หรือตามชอบ

12 เปิดเครื่องบดพริกไทยดำ

พริกป่น 1/2 ช้อนชา หรือตามชอบ

1 ช้อนชา ปราชญ์พื้น

2 ไข่ตี

วางขนมปังลงในชามใบใหญ่ ปิดด้วยสต็อก แล้วแช่ไว้ 1 ชั่วโมง ตรวจสอบหอยนางรมและนำเศษเปลือกออก

เปิดเตาอบที่ 350°. ละลายเนยในกระทะแล้วผัดหัวหอมและขึ้นฉ่ายจน
โปร่งแสง เพิ่มกระเทียมและผัดอีกสักครู่ ใส่ผักลงในขนมปังพร้อมกับผักชี
ฝรั่ง เครื่องปรุงรส และไข่ ผสมให้เข้ากัน

กระจายน้ำสลัดในจานอบขนาด 11 × 13 นิ้วหรือ 2 อันที่เล็กกว่าแล้วอบจน
ด้านบนเป็นสีน้ำตาลทองประมาณ 45 นาที

42. พายหม้อหอยนางรม

ทำให้ 6 เสิร์ฟ

วัตถุดิบ

หอยนางรมแกะเปลือกขนาดใหญ่ 2 โหล หรือขนาดเล็ก 3 โหล พร้อมเหล้า

เห็ดสดหั่น 1 ถ้วยตวง

เนย 1 ช้อนโต๊ะ

4 ช้อนโต๊ะ น้ำมันพืช

4 ช้อนโต๊ะ แป้งอเนกประสงค์

6 หัวหอมสีเขียวสับแยกส่วนสีขาวและสีเขียว

พริกหยวกเขียว 1/2 ลูกสับ

ก้านขึ้นฉ่าย 1 ก้านสับ

2 กลีบกระเทียมขนาดใหญ่สับ

ไส้กรอก andouille 1/4 ถ้วยหรือแฮมรมควันสับเป็นชิ้นขนาด 1/4 นิ้ว

ครีโอลปรุงรส 1 ช้อนชา

ซอส Worcestershire 1 ช้อนชา

ซอสทาบาสโก 2 ขีด

ผักชีฝรั่งใบแบนสับ 2 ช้อนโต๊ะ

เกลือและพริกไทยดำบดสดๆ เพื่อลิ้มรส

2 piecrusts, โฮมเมดหรือซื้อในร้านค้า, แช่เย็น

ไข่ขาว 1 ฟอง ตี

กรองหอยนางรมแล้วเทเหล้าลงในถ้วยตวงขนาดใหญ่ เติมน้ำให้เพียงพอเพื่อทำ 1 ถ้วย ตรวจสอบหอยนางรมเพื่อหาเศษเปลือกหอยและพักไว้

อุ่นเนยในกระทะขนาดเล็กแล้วผัดเห็ดจนนิ่ม พักไว้

ในกระทะขนาดใหญ่หรือหม้อขนาดกลาง ตั้งน้ำมันให้ร้อนด้วยไฟแรง ใส่แป้งและคนตลอดเวลาจนรูส์เริ่มเป็นสีน้ำตาล ลดความร้อนลงเหลือปานกลางและปรุงอาหาร กวนตลอดเวลา จนกว่ารูส์จะเป็นสีของช็อกโกแลตนม ใส่หัวหอม ส่วนสีขาวของต้นหอม พริกหยวก และขึ้นฉ่าย แล้วปรุงจนเหี่ยว เพิ่มกระเทียมและปรุงอาหารอีกสักครู่ ใส่เหล้าหอยนางรม ไส้กรอกหรือแฮม เครื่องปรุงรสครีโอล ซอส Worcestershire และซอสทาบาสโก ปิดฝา ลดความร้อนลงจนเดือดปุดๆ และปรุงอาหารเป็นเวลา 15 นาที

เปิดไฟแรงปานกลางแล้วใส่เห็ดและหอยนางรมลงไป ปรุงอาหารจนหอยนางรมขดประมาณ 4 นาที ปิดไฟแล้วผัดต้นหอมและผักชีฝรั่ง ปรุงรสด้วยเกลือและพริกไทย. เย็น.

อุ่นเตาอบที่ 350°. วางเปลือกหนึ่งแผ่นลงในจานพาย ใส่ส่วนผสมของหอยนางรมลงไป ปิดด้วยเปลือกด้านบน บีบขอบ กรีดเปลือกด้านบนหลายๆ รอยเพื่อปล่อยไอน้ำ แล้วทาไข่ขาวให้ทั่วเปลือก นำเข้าอบประมาณ 45 นาที หรือจนหน้าขนมเป็นสีน้ำตาล

43. หอยนางรมร็อคกี้เฟลเลอร์ต้นกระเจี๊ยบ

ทำให้ 6 เสิร์ฟ

วัตถุดิบ

หอยนางรมแกะเปลือก 1 ควอร์ตกับเหล้า หรือหอยนางรม 3 โหลกับเหล้า 3 -5 ถ้วย

เนย 1 ก้อน

แป้งอเนกประสงค์ 1/2 ถ้วยตวง

หัวหอมสีเขียว 1 พวงสับ

พริกหยวกเขียวสับ 1/2 ถ้วยตวง

ขึ้นฉ่ายสับ 1/2 ถ้วยตวง

กระเทียมสับ 1 ช้อนชา

1 กล่อง (10 ออนซ์) ผักโขมสับแช่แข็งละลาย

ใบโหระพาสดสับ 1/4 ถ้วย

เหล้าหอยนางรม 5 ถ้วยตวง และ/หรือน้ำสต็อกอาหารทะเล

Herbsaint หรือ Pernod 2 ช้อนโต๊ะ

ครีโอลปรุงรส 1/2 ช้อนชา

ซอสทาบาสโกเพื่อลิ้มรส

ซอส Worcestershire 2 ช้อนชา

พริกไทยขาวเพื่อลิ้มรส

ผักชีฝรั่งใบแบนสับ 1/2 ถ้วย

1 ถ้วยครึ่งและครึ่ง

เกลือเพื่อลิ้มรส

กรองหอยนางรม, สำรองเหล้า. ตรวจสอบหอยนางรมและนำเปลือกออก พัก
ไว้

ละลายเนยในหม้อใบใหญ่และหนา. เพิ่มแป้งและคนตลอดเวลาบนไฟร้อน
ปานกลางเพื่อทำรูส์สีบลอนด์ ใส่หัวหอม พริกหยวก และขึ้นฉ่าย แล้วผัดจน
โปร่งแสง ใส่กระเทียม ผักโขม และใบโหระพา แล้วผัดต่ออีกสักครู่ เติม
เหล้าหอยนางรมและ/หรือน้ำสต๊อกทะเลทีละน้อยแล้วคนให้เข้ากัน ใส่ Her
bsaint หรือ Pernod เครื่องปรุงรสครีโอล ซอสทาบาสโก และซอส Worce
stershire แล้วปรุงรสด้วยพริกไทย ปิดฝา ลดความร้อนต่ำ และเคี่ยวต่ออีก
15 นาที

ลิ้มรสและปรับรส เติมเกลือที่จุดนี้ ถ้าจำเป็น ขึ้นอยู่กับความเค็มของหอย
นางรม ใส่ผักชีฝรั่งครึ่งและครึ่งและหอยนางรมและเคี่ยวจนหอยนางรมขด 1
หรือ 2 นาที เสิร์ฟพร้อมขนมปังฝรั่งเศสร้อนๆ

44. Redfish Court Bouillon

ทำให้ 4-6 เสิร์ฟ

วัตถุดิบ

1 (3- ถึง 4 ปอนด์) เนื้อปลาเนื้อขาวเช่นปลาแดงหรือปลากะพงแดง

น้ำมันมะกอกบริสุทธิ์ 3 ช้อนโต๊ะ

หัวหอมขนาดกลาง 1 หัวสับ

3 หัวหอมสีเขียวสับ

พริกหยวกเขียว 1/2 ลูกสับ

ก้านขึ้นฉ่าย 1 ก้านสับ

3 กลีบกระเทียมสับ

มะเขือเทศขนาดใหญ่ 1 ลูกสับ

ซอสมะเขือเทศ 1 กระป๋อง (15 ออนซ์)

น้ำมะนาว 1 ลูก

ซอส Worcestershire 1 ช้อนโต๊ะ

ไวน์แดง 1/4 ถ้วยตวง

โหระพาแห้ง 1/2 ช้อนชาหรือสดสับ 2 ช้อนชา

ใบโหระพาแห้ง 1/2 ช้อนชา หรือสดสับ 2 ช้อนชา

พริกป่น 1/2 ช้อนชา

น้ำตาล 1 ช้อนชา

เกลือและพริกไทยดำบดสดๆ เพื่อลิ้มรส

ผักชีฝรั่งใบแบนสับ 2 ช้อนโต๊ะ

อุ่นเตาอบที่ 350°. เอาเกล็ดที่เหลืออยู่บนตัวปลาออกแล้วล้างให้สะอาด ทำให้แห้งและวางในจานอบขนาดใหญ่ที่มีด้าน 2 นิ้ว แช่เย็นจนกว่าซอสจะ พร้อม

ตั้งน้ำมันให้ร้อนในหม้อขนาดกลาง ผัดหัวหอม พริกหยวก ขึ้นฉ่าย และ กระเทียมจนโปร่งแสง ใส่มะเขือเทศ ซอสมะเขือเทศ น้ำมะนาว ซอส Worc estershire ไวน์ โหระพา ใบโหระพา พริกป่น และน้ำตาล ปรุงรสด้วยเกลือ และพริกไทย นำไปต้มลดความร้อนต่ำและเคี่ยวปิดฝาเป็นเวลา 30 นาที

ใส่ผักชีฝรั่ง ชิมรส และปรับเครื่องปรุง

ทาซอสที่ก้นถาดอบ. โรยปลาด้วยเกลือและพริกไทยให้ทั่วแล้ววางลงใน กระทะ ราดปลาด้วยซอสโดยวางบางส่วนไว้ในช่องลำตัว นำเข้าอบโดยไม่ ปิดฝาเป็นเวลา 30 นาที หรือจนกว่าปลาจะสุกแค่ตรงกลาง (ใช้มีด เนื้อส่วน ที่หนาที่สุดของปลาจะหลุดออกจากกระดูกได้ง่าย) ปิดด้วยกระดาษฟอยล์ และอุ่นจนเสิร์ฟ

45. ถั่วแดงและข้าว

ทำให้ 8-10 เสิร์ฟ

วัตถุดิบ

ถั่วไตแห้ง 1 ปอนด์

น้ำมันพืช 2 ช้อนโต๊ะ

หัวหอมใหญ่ 1 หัวสับ

หัวหอมสีเขียว 1 พวง สับ แยกส่วนสีขาวและสีเขียว

1 พริกหยวกสีเขียวสับ

2 ก้านขึ้นฉ่ายสับ

4 กลีบกระเทียมสับละเอียด

6 ถ้วยน้ำ

ใบกระวาน 3 ใบ

โหระพาแห้ง 1/2 ช้อนชา

ครีโอลปรุงรส 1 ช้อนชา

กระดูกแฮม 1 ชิ้นที่มีแฮมติดอยู่ หรือแฮมขาหมู 2 ชิ้น หรือแฮมชิ้นขนาด 1/2 ปอนด์

เกลือและพริกไทยดำบดสดๆ เพื่อลิ้มรส

ไส้กรอกรมควัน 1 ปอนด์หั่นเป็นก้อนหนา 1/2 นิ้ว

ผักชีฝรั่งใบแบนสับ 2 ช้อนโต๊ะ และอื่น ๆ สำหรับเสิร์ฟ

ข้าวขาวเมล็ดยาวหุงสุกสำหรับเสิร์ฟ

ใส่ถั่วลงในหม้อใบใหญ่ เติมน้ำ แช่ข้ามคืน แล้วสะเด็ดน้ำ

ในหม้อใบใหญ่และหนัก ตั้งน้ำมันให้ร้อนแล้วผัดหัวหอม ส่วนสีขาวของต้น
หอม พริกหยวก ขึ้นฉ่าย และกระเทียม

ในกระทะขนาดใหญ่สีน้ำตาลไส้กรอก พักไว้

ใส่ถั่ว น้ำ ใบกระวาน โหระพา เครื่องปรุงรสครีโอล และแฮมลงในหม้อแล้ว
นำไปต้ม ลดความร้อน ปิดฝา และเคี่ยวเป็นเวลา 2 ชั่วโมง คนเป็นครั้งคราว
ใส่ไส้กรอก 30 นาทีก่อนที่การปรุงอาหารจะเสร็จสมบูรณ์

นำใบกระวานออก ผัดในผักชีฝรั่ง และเสิร์ฟในชามกับข้าว โรยชามด้วยผักชี
ฝรั่งหากต้องการ

46. กุ้งและปลายข้าว

ทำให้ 6 เสิร์ฟ

วัตถุดิบ

กุ้งขนาดใหญ่ 3 ปอนด์ (ประมาณ 15 ถึง 20 ปอนด์) ปอกเปลือกและผ่าหน้า

เนย 5 ช้อนโต๊ะแบ่ง

8 หัวหอมสีเขียวสับ

5 กลีบกระเทียมขนาดใหญ่สับ

ความเอร็ดอร่อยและน้ำผลไม้ 1 มะนาว

ไวน์ขาวแห้ง 1/3 ถ้วยตวง

ซอส Worcestershire 1 ช้อนโต๊ะ

เครื่องปรุงรสอิตาเลี่ยน 1 ช้อนชา

พริกไทยดำสดเพื่อลิ้มรส

1/2 ช้อนชา บวกเกลือ 1/4 ช้อนชา แบ่งไว้

ครีโอลปรุงรส 1 ช้อนชา

ผักชีฝรั่งใบแบนสับ 2 ช้อนโต๊ะ

ปลายข้าวด่วน 1 ถ้วย

น้ำ 4 1/4 ถ้วยตวง

1/4 ถ้วย Parmesan ขูดสด

ละลายเนย 4 ช้อนโต๊ะในกระทะขนาดใหญ่และหนักบนไฟร้อนปานกลาง ใส่
หัวหอมและกระเทียมลงไปผัดจนสุก ใส่กุ้งลงไปผัด กวนสักครู่จนกุ้งเปลี่ยน
เป็นสีชมพู ใส่ผิวเลมอนและน้ำผลไม้ ไวน์ วูสเตอร์ซอส เครื่องปรุงรส
อิตาเลียน พริกไทย เครื่องปรุงรสครีโอล และเกลือ 1/2 ช้อนชา แล้วเคี่ยว
ประมาณ 3 นาที อย่าให้กุ้งสุกเกินไป นำออกจากเตาแล้วโรยหน้าด้วยผักชี
ฝรั่ง

ในการปรุงปลายข้าว ให้นำน้ำไปต้มในกระทะใบใหญ่ แล้วใส่ปลายข้าวใน
ลำธารที่สม่ำเสมอในขณะที่กวน เติมเกลือที่เหลือ. ปิดฝา ลดความร้อนต่ำ
และเคี่ยวประมาณ 10 นาที นำออกจากเตาแล้วคนใน Parmesan และเนยที่
เหลือ เสิร์ฟกุ้งบนปลายข้าวบนจานหรือในชาม

47. กุ้งรีมูเลด

ทำให้ 6-8 เสิร์ฟ

วัตถุดิบ

ต้นหอมสับ 1/2 ถ้วยตวง

ขึ้นฉ่ายสับ 1/2 ถ้วยตวง

ผักชีฝรั่งใบแบนสับ 1/4 ถ้วย

2 กลีบกระเทียมสับ

มะรุมสด 1/2 ถ้วยตวง (พบได้ในตู้เย็นของร้านขายของชำ)

ซอสมะเขือเทศ 1/2 ถ้วย

มัสตาร์ดครีโอล 3/4 ถ้วย

ซอส Worcestershire 2 ช้อนโต๊ะ

น้ำมะนาวสด 3 ช้อนโต๊ะ

พริกป่น 1/8 ช้อนชา

เกลือ พริกไทยดำบดสด และพริกป่นเพื่อลิ้มรส

กุ้งปอกเปลือกและผ่าหลังขนาดใหญ่ 3 ปอนด์

ผักกาดหอมหั่นฝอย ประมาณ 4 ถ้วยตวง

ในชามผสมส่วนผสมทั้งหมดยกเว้นกุ้งและผักกาดหอมและผสมให้เข้ากัน
ลิ้มรสและปรับรส

หลายชั่วโมงก่อนเสิร์ฟ วางกุ้งลงในชามใบใหญ่ ค่อยๆ ผัดซอสจนได้ความ
ข้นตามชอบ บางคนอาจชอบน้ำสลัดทั้งหมดและอื่น ๆ น้อยกว่า เสิร์ฟบนผัก
กาดหอมฝอย

48. เยลลี่พริกไทย

ทำให้ขวดเล็ก 8-10 ขวด

วัตถุดิบ

พริกจาลาปิโนขนาดใหญ่ 6-8 เม็ด สับละเอียดเพื่อให้ได้ 1/2 ถ้วยตวง

พริกหยวกสีเขียวสับ 1/3 ถ้วยตวง

6 1/2 ถ้วยน้ำตาล

น้ำส้มสายชูไวน์แดง 1 1/2 ถ้วยตวง

Certo 1 ขวด (6 ออนซ์) หรือ 2 แพ็คเกจ (3 ออนซ์)

6 หยดสีผสมอาหารสีแดงหรือสีเขียว

นำก้านและเมล็ดออกจากพริกแล้วสับให้ละเอียดหรือปั่นในเครื่องเตรียมอาหาร รวมส่วนผสมทั้งหมดยกเว้น Certo ลงในกระทะขนาดกลางและผสมให้เข้ากัน นำไปต้มและต้มประมาณ 2-3 นาที คนบ่อยๆ นำออกจากเตาแล้วคนใน Certo เทลงในขวดเจลลี่ที่ผ่านการฆ่าเชื้อแล้วปิดฝา

เสิร์ฟบนครีมชีสสำหรับทาบนแครกเกอร์

49. ยัดไส้ Mirlitons

ทำให้ 6-8 เสิร์ฟ (1-2 MIRLITON ครึ่งต่อการให้บริการ)

วัตถุดิบ

6 มิลลิตัน

7 ช้อนโต๊ะเนยแบ่ง

หัวหอมขนาดกลาง 1 หัวสับ

หัวหอมสีเขียว 1 พวง (6-8) สับแยกส่วนสีขาวและสีเขียว

2 ก้านขึ้นฉ่ายสับ

4 กลีบกระเทียมสับละเอียด

เครื่องปรุงรสอิตาเลี่ยน 1 ช้อนชา

ซอสทาบาสโก 1 ช้อนชา

น้ำมะนาวสด 1 ช้อนโต๊ะ

เกลือและพริกไทยดำบดสดๆ เพื่อลิ้มรส

กุ้งขนาดกลาง 2 ปอนด์ปอกเปลือกและล้างหรือกุ้งแช่แข็ง 1 ปอนด์ปอก
เปลือกละลาย

เนื้อปูก้อน 1 ปอนด์

1 1/4 ถ้วยเศษขนมปังอิตาลีแบ่ง

ในหม้อขนาดใหญ่ ต้ม mirlitons ทั้งหมดจนนุ่มเมื่อติดด้วยส้อม ประมาณ 1
ชั่วโมง สะเด็ดน้ำและเย็น

151

ในขณะเดียวกัน ละลายเนย 4 ช้อนโต๊ะในกระทะใบใหญ่ ใส่หัวหอม ส่วนสี
ขาวของหัวหอมสีเขียว และขึ้นฉ่าย แล้วผัดจนโปร่งใส เพิ่มกระเทียมและผัด
อีกสักครู่ ใส่เครื่องปรุงรสและน้ำมะนาวแล้วนำออกจากเตา

ผ่าครึ่งมิลลิตันตามยาวแล้วเอาเมล็ดออก ตักเนื้อออกเหลือเปลือกหนา
ประมาณ 1/4 นิ้ว เพิ่มเนื้อ mirliton ลงในกระทะและเคี่ยวประมาณ 5 นาที
ผัดกุ้งและต้นหอมและปรุงอาหารกวนจนกุ้งเปลี่ยนเป็นสีชมพู ผสมเกล็ด
ขนมปังอิตาเลียนและเนื้อปู 1/2 ถ้วยตวง คลุกเบาๆ เพื่อให้เนื้อปูจับตัวกัน
เป็นก้อน

วางถาดอบทาน้ำมันด้วยเปลือก mirliton ยัดเปลือกหอยด้วยส่วนผสม
อาหารทะเลและโรยด้วยเกล็ดขนมปังที่เหลือ 1 ช้อนโต๊ะ ตัดเนยที่เหลือเป็น
ชิ้นเล็ก ๆ แล้วแต้มด้านบนของมิลลิตอน

นำเข้าอบจนเป็นสีน้ำตาลด้านบนประมาณ 30 นาที หรือสีน้ำตาลใต้ไก่เนื้อ
ในไม่กี่นาทีสุดท้ายของการปรุงอาหาร เสิร์ฟทันที

50. เต่ากระเจี๊ยบ

เสิร์ฟได้ 6 อย่างเป็นออเดิร์ฟ 12 เสิร์ฟเป็นอาหารเรียกน้ำย่อย

วัตถุดิบ

เนื้อเต่าไม่มีกระดูก 2 ปอนด์หั่นเป็นชิ้นขนาด 1 นิ้ว

เกลือและพริกไทยดำบดสดๆ เพื่อลิ้มรส

เนย 10 ช้อนโต๊ะแบ่ง

5 ถ้วยน้ำ

2 หัวหอมขนาดกลาง

2 พริกหยวกสีเขียว

3 ก้านขึ้นฉ่าย

6 กลีบกระเทียมขนาดใหญ่

แป้งอเนกประสงค์ 1/2 ถ้วยตวง

ซอสมะเขือเทศ 1 1/2 ถ้วยตวง

ครีโอลปรุงรส 1 ช้อนชา

โหระพาแห้ง 1/2 ช้อนชา

เครื่องปรุงรสอิตาเลี่ยน 1/2 ช้อนชา

ใบกระวาน 3 ใบ

เกลือ 1/2 ช้อนชา

พริกไทยดำบดสด 1/2 ช้อนชา

ซอส Worcestershire 2 ช้อนโต๊ะ

ซอสทาบาสโก 1/2 ช้อนชา

น้ำมะนาว 1 ลูก

เชอร์รี่คุณภาพดี 1/2 ถ้วยตวง พร้อมเสิร์ฟ

ผักโขมสับ 4 ถ้วย

ผักชีฝรั่งใบแบนสับ 3 ช้อนโต๊ะ

ไข่ต้ม 4 ฟองสับ

โรยเนื้อด้วยเกลือและพริกไทยเล็กน้อย

อุ่นเนย 2 ช้อนโต๊ะในหม้อใบใหญ่และหนา แล้วทาเนยทุกด้านเป็นชุดๆ เอา
ชุดหนึ่งใส่จานเพื่อให้ชิ้นต่อไปเป็นสีน้ำตาล

นำเนื้อทั้งหมดใส่หม้อ ปิดฝาด้วยน้ำ แล้วนำไปต้ม ลดไฟลงเหลือไฟอ่อน
ปิดฝา และเคี่ยวประมาณ 1 ชั่วโมง หรือจนเนื้อนิ่ม นำเนื้อใส่จานแล้วกรอง
และสำรองสต็อก

เมื่อเนื้อเย็นพอที่จะหยิบจับได้ ให้ฉีกด้วยนิ้วของคุณแล้วสับเป็นลูกเต๋าเล็กๆ
คุณอาจต้องการทำเช่นนี้ในเครื่องเตรียมอาหาร พักไว้

ในเครื่องเตรียมอาหาร ให้สับหัวหอม พริกหยวก เซเลอรี่ และกระเทียมให้
ละเอียด พักไว้

ล้างและตากหม้อเดียวกับที่คุณใช้ปรุงเนื้อเต่า ละลายเนยที่เหลือในหม้อด้วย
ไฟอ่อน เพิ่มแป้งและปรุงอาหารกวนตลอดเวลาเพื่อให้สีของช็อคโกแลตนม
ประมาณ 10 นาที เพิ่มผักสับและปรุงอาหารจนเหี่ยวมาก เพิ่มซอสมะเขือ
เทศและปรุงอาหารประมาณ 5 นาที ใส่น้ำสต็อก เครื่องปรุงรสครีโอล

โหระพา เครื่องปรุงรสอิตาเลียน ใบกระวาน เกลือ พริกไทย ซอส Worcest
ershire ซอสทาบาสโก และน้ำมะนาว ปรุงอาหาร ปิดฝา ด้วยไฟปานกลาง-
ต่ำ เป็นเวลา 30 นาที

ใส่เชอร์รี่ ผักโขม และผักชีฝรั่ง แล้วปรุงต่ออีก 10 นาที นำใบกระวานออก
แล้วเทไข่ลงไป

เสิร์ฟในชามและส่งเชอร์รี่พิเศษ

51. ข้าวถั่วไข่ดาว

เสิร์ฟ: 4

วัตถุดิบ

ข้าวขาวเมล็ดยาว 3/4 ถ้วย

เกลือโคเชอร์

น้ำมันคาโนลา 2 ช้อนโต๊ะ

หอมใหญ่สีเหลือง 1 หัว หั่นเป็นลูกเต๋าเล็กๆ

พริกหยวกแดงขนาดกลาง 1/2 เม็ด เมล็ดและหั่นสี่เหลี่ยมลูกเต๋า

กระเทียมกลีบใหญ่ 2 กลีบสับละเอียด

ยี่หร่าป่น 1/2 ช้อนชา

ซอสมะเขือเทศกระป๋อง 1/4 ถ้วยตวง

ถั่วพินโตกระป๋อง 15 ออนซ์ สะเด็ดน้ำและล้าง

ซัลซ่าลิซาโน่ 3 ช้อนโต๊ะ

พริกไทยดำบดสด

8 ไข่ขนาดใหญ่

ผักชีสดสับ 2 ช้อนโต๊ะ

ทิศทาง

ใส่ข้าว เกลือหยิบมือหนึ่ง และน้ำ 1-1/2 ถ้วยตวงในกระทะขนาด 3 ควอร์ต นำไปต้มบนไฟร้อนปานกลาง ลดไฟลง ปิดฝา และหุงจนข้าวดูดซับน้ำและ นิ่มประมาณ 15 นาที นำออกจากเตาแล้วพักไว้โดยปิดฝา

ในขณะเดียวกันให้อุ่นน้ำมัน 1 ช้อนโต๊ะในกระทะขนาด 4 ควอร์ตบนไฟร้อน ปานกลาง ใส่หอมใหญ่ พริกหยวก กระเทียม และเกลือเล็กน้อย ปรุงอาหาร กวนเป็นครั้งคราวจนนิ่มประมาณ 3 นาที เพิ่มยี่หร่าและปรุงอาหารจนมีกลิ่น หอมประมาณ 30 วินาที ใส่ซอสมะเขือเทศลงไปผัด 1 นาที

เพิ่มถั่วและน้ำ 1 ถ้วยและเคี่ยวจนของเหลวลดลงถึงระดับถั่วประมาณ 4 นาที

ใส่ข้าวลงในถั่วและผสมให้เข้ากัน ผัดใน Salsa Lizano และปรุงรสด้วย เกลือและพริกไทย ให้อบอุ่น.

อุ่นน้ำมันที่เหลืออีก 1 ช้อนโต๊ะในกระทะแบบไม่ติดกระทะขนาด 12 นิ้วบน ไฟร้อนปานกลาง หมุนกระทะให้เคลือบทั่วถึง ค่อยๆ ตอกไข่ใส่กระทะ ปรุง รสด้วยเกลือและพริกไทย ปิดฝาและปรุงอาหารจนขอบไข่แดงเพิ่งเริ่มเซ็ต ตัว 2 ถึง 3 นาที แยกไข่ด้วยไม้พาย

ในการเสิร์ฟ ให้วางข้าวและถั่วหนึ่งช้อนพูนๆ ลงบนจาน แล้ววางไข่ 2 ฟอง ไว้ด้านบน โรยด้วยผักชี

เสิร์ฟกับ Jícama, Avocado, Radish & Orange Salad with Cilantro หรือสลัดผักสดง่ายๆ

52. หม้อตุ๋นอาหารเช้า Huevos Rancheros

เสิร์ฟ: 8

เวลา ซ่อมแซม : 25 นาที

เวลาทำอาหาร: 1 ชั่วโมง

วัตถุดิบ

ถั่วพินโต 1 ห่อและข้าวเมล็ดยาวผสม

เนยจืด 2 ช้อนโต๊ะ

น้ำมันพืชหรือน้ำมันคาโนลา 2 ช้อนโต๊ะ หรือตามต้องการ

ตอร์ตียาข้าวโพด 12 แผ่น

ซอสเอนชิลาดากระป๋อง 15 ออนซ์

ยี่หร่าป่น $\frac{1}{2}$ ช้อนชา

ผงกระเทียม $\frac{1}{2}$ ช้อนชา

พริกป่น $\frac{1}{2}$ ช้อนชา

เชดดาร์ขูดฝอย 2 ถ้วยหรือชีสผสมเม็กซิกัน

8 ไข่ขนาดใหญ่

เกลือโคเชอร์และพริกไทยบดสดเพื่อลิ้มรส

เสิร์ฟ:

ซัลซ่า 1 ถ้วย

อะโวคาโด 1 ลูก ฝานบางๆ

ครีมเปรี้ยว $\frac{1}{2}$ ถ้วย

4 scallions ตัดแต่งและหั่นบาง ๆ

ใบผักชี $\frac{1}{2}$ ถ้วย

ทิศทาง

เปิดเตาอบที่ 425°F. ทาจาระบีจานอบขนาด 13 x 9 นิ้ว หรือฉีดสเปรย์กัน
อาหารติด ใส่ถั่วและข้าวลงในกระทะขนาดกลางที่มีน้ำ 2 $\frac{1}{2}$ ถ้วยและเนย

นำไปเคี่ยวบนไฟร้อนปานกลาง จากนั้นลดความร้อนลงเล็กน้อย ปิดฝาและ
เคี่ยวต่อไปประมาณ 20 ถึง 25 นาที จนข้าวนิ่ม อย่าลืมคนเป็นครั้งคราว นำ
ออกจากเตาแล้วพักไว้ 5 นาที นำฝาออกและฟูด้วยส้อมแล้วพักไว้

ขณะที่กำลังหุงข้าวและถั่ว ให้เตรียมตอร์ตียา วางกระดาษเช็ดมือบนพื้นผิว
การทำงาน อุ่นน้ำมัน 1 ช้อนชาในกระทะโดยใช้ไฟปานกลาง-สูง แล้วทอด
ตอร์ตียาทีละด้าน ด้านละประมาณ 1 ถึง 2 นาที หรือจนกรอบและเป็นจุดสี
น้ำตาล

เมื่อสุกแล้วให้ย้ายไปที่กระดาษเช็ดมือ เติมน้ำมันทีละ 1 ช้อนชาตามต้องการ
จนกว่าตอร์ตียาทั้งหมดจะสุก

ผสมซอสเอนชิลาดากับผงยี่หร่า ผงกระเทียม และพริกป่น วางแป้งตอร์ตียา
ครึ่งแผ่นที่ด้านล่างของถาดที่เตรียมไว้ ซ้อนทับกันเพื่อปิดก้นกระทะ ราด
ซอสเอนชิลาด้าลงไปครึ่งหนึ่ง แล้วโรยชีสลงไปครึ่งหนึ่ง กระจายส่วนผสม
ของถั่วและข้าวลงบนชีส ทำซ้ำแป้งตอร์ตียา ซอสเอนชิลาดา และชีส

ใช้ช้อนและนิ้วของคุณสร้างหลุมเล็กๆ 8 หลุมโดยเว้นระยะห่างเท่าๆ กันที่
ด้านบนของหม้อปรุงอาหาร โดยเจาะรูผ่านชั้นบนสุดของตอร์ตียาเพื่อให้ไข่มี

ที่ว่างมากพอที่จะจมลงไปในรอยบุ๋ม ใช้ช้อนและนิ้วของคุณสร้างหลุมเหล่านี้ โดยให้ลึกประมาณ 1 นิ้ว ตอกไข่ลงไปในบ่ออย่างระมัดระวัง ปรุงรสด้วย เกลือและพริกไทย

นำเข้าอบจนไข่ขาวเซ็ตตัวแต่ไข่แดงยังเหลวและไหลประมาณ 25 นาที

เสิร์ฟไข่กับซัลซ่า อะโวคาโด ครีมเปรี้ยว ต้นหอม และใบผักชี คุณสามารถ แบ่งทุกอย่างที่ด้านบนของหม้อตุ๋นที่อบไว้ หรือช้อนออกมาทีละส่วนแล้ว ปล่อยให้ทุกคนวางบนจานตามต้องการ

53. มะม่วงและถั่วอาหารเช้า Burrito Bowl

เวลาเตรียม : 15 นาที

เวลาทำอาหาร : 45 นาที

เสิร์ฟ: 4

วัตถุดิบ

ข้าวเขียวเมล็ดยาวหุงสุกแล้ว 1 ชุด

ถั่วพินโตกระป๋อง 15 ออนซ์ ล้างและสะเด็ดน้ำ

มะม่วงสุกหั่นเต๋า 2 ลูก

อะโวคาโด 1 ลูก หั่นสี่เหลี่ยมลูกเต๋าหรือหั่นบาง ๆ

1 พริกหยวกแดงหั่นสี่เหลี่ยมลูกเต๋า

ข้าวโพด 1 ถ้วย ย่าง ดิบหรือผัด

ผักชีหั่นสี่เหลี่ยมลูกเต๋า $\frac{1}{2}$ ถ้วยตวง

หอมแดงหั่นสี่เหลี่ยมลูกเต๋า $\frac{1}{4}$ ถ้วย

1 jalapeno หั่นบาง ๆ

น้ำสลัด:

มะม่วงผักชีฮาลาเปญโญ

ผักชีมะนาว

ซอสเม็ดมะม่วงหิมพานต์ Jalapeno

ทิศทาง

เมื่อคุณทำเสร็จแล้ว ให้แบ่งข้าวระหว่างชามสี่ใบ จากนั้นแบ่งถั่ว มะม่วง อะ
โวคาโด พริกหยวกแดง ข้าวโพด ผักชี หอมแดง และพริกฮาลาเปโยชิ้น
เท่าๆ กันระหว่างชาม

เสิร์ฟพร้อมมะนาวฝานเป็นแว่น

54. หม้อหุงข้ายัดไส้พริกหยวก

รวมเวลา : 60 นาที

เสิร์ฟ: 4

วัตถุดิบ

น้ำมันอะโวคาโด 2 ช้อนชา

หอมใหญ่ 1 ลูก หั่นสี่เหลี่ยมลูกเต๋า

2 ขึ้นฉ่ายหั่นบาง ๆ

4 กลีบกระเทียมสับ

พริกป่น 1 ช้อนโต๊ะ

ยี่หร่า 2 ช้อนชา

ออริกาโนแห้ง 1 1/2 ช้อนชา

ข้าวขาวเมล็ดยาว 2 ถ้วย หุงและเย็น

เมล็ดข้าวโพดแช่แข็ง 1 ถ้วย

มะเขือเทศ 1 ลูก หั่นสี่เหลี่ยมลูกเต๋า

ถั่วพินโต 1 กระป๋องล้างและสะเด็ดน้ำ

พริกขี้หนู 1 เม็ดใน adobo

เกลือ

5 พริกหยวก

ซอสเอนชิลาด้า 1 กระป๋อง

พริกไทยแจ็คชีสขูดฝอย

ทิศทาง

อุ่นน้ำมันในกระทะขนาดใหญ่ที่มีความร้อนสูงปานกลาง เพิ่มหัวหอมและ
ขึ้นฉ่ายและปรุงอาหาร กวนบ่อย ๆ ประมาณ 5 นาที ใส่กระเทียมและปรุง
อาหารประมาณ 30 วินาทีแล้วนำออกจากเตา

ใส่เครื่องเทศและคนให้เข้ากัน ในชามใบใหญ่ ใส่ข้าว ถั่ว ข้าวโพด มะเขือ
เทศ พริกชิโปเล่ ซอสเอนชิลาด้า 1/4 ถ้วย และส่วนผสมหัวหอม คนให้เข้า
กันแล้วปรุงรสด้วยเกลือและพริกไทย

ตัดยอดจากพริกหยวกและนำเมล็ดและซี่โครงออก เติมส่วนผสมของข้าว
บรรจุเบา ๆ ฉันเติมเนยแข็งลงไปครึ่งหนึ่ง เติมชีสลงไปเล็กน้อย แล้วเติมจน
เสร็จ อย่าเพิ่งใส่ชีสด้านบน ใส่พริกยัดไส้ลงในหม้อหุงช้า

เติมน้ำประมาณ 1/2 นิ้วลงในหม้อ ระวังอย่าให้น้ำเข้าไปในพริก ปรุงอาหาร
ด้วยไฟอ่อนประมาณ 4 ชั่วโมง ก่อนสุกประมาณ 15 นาที ให้เพิ่มชั้นชีสลงใน
พริกไทยแต่ละเม็ดแล้วปล่อยให้สุก

เสิร์ฟพริกกับซอสเอนชิลาดาที่เหลือและชีสเพิ่มเติมหากต้องการ สนุก!

55. ถั่วผสม ข้าว

เสิร์ฟ: 10 ถึง 12

วัตถุดิบ

สำหรับการจุ่ม:

ถั่วพินโตกระป๋อง 15 ออนซ์ ล้างและสะเด็ดน้ำ

ถั่วดำกระป๋อง 15 ออนซ์ ล้างและสะเด็ดน้ำ

ถั่วน้ำเงินกระป๋อง 15 ออนซ์ ล้างและสะเด็ดน้ำ

ข้าวขาวหุงสุก 1 ถ้วยตวง

มะเขือเทศหั่นสี่เหลี่ยมลูกเต๋า 1 ถ้วย

หัวหอมหั่นสี่เหลี่ยมลูกเต๋า 1/2 ถ้วยตวง

3 ถ้วยขูดผสม Cheddar-Monterey Jack

jalapeno ดองหั่นสี่เหลี่ยมลูกเต๋า 2 ช้อนโต๊ะ

ยี่หร่าป่น 1/2 ช้อนชา

ผงกระเทียม 1/2 ช้อนชา

พริกป่น 1/8 ช้อนชา

เกลือโคเชอร์และพริกไทยป่นสด

สำหรับการให้บริการ:

ชิป Tortilla

ครีมเปรี้ยว

ซัลซ่า

ทิศทาง

เปิดเตาอบที่ 400°.

ผสมถั่ว ข้าว มะเขือเทศ หัวหอม ชีส 2 ถ้วย พริกฮาลาเปญโญ และเครื่อง
เทศในชามใบใหญ่ ปรุงรสด้วยเกลือโคเชอร์และพริกไทย

เทลงในกระทะเหล็กหล่อขนาด 10 นิ้วหรือจานอบกลม ปิดด้วยอลูมิเนียม
ฟอยล์และปรุงอาหารเป็นเวลา 30 นาที

นำออกจากเตาอบและนำอลูมิเนียมฟอยล์ออก โรยชีสที่เหลืออีก 1 ถ้วยด้าน
บน แล้วอบต่อจนชีสละลาย อีกประมาณ 5 - 10 นาที

เสิร์ฟร้อนกับชิป Tortilla, ครีมเปรี้ยวและซัลซ่า

56. ถั่วปินโตและข้าวปั้น

เสิร์ฟ: 30

วัตถุดิบ

ถั่วพินโต 1 กระป๋องล้างและสะเด็ดน้ำ

ข้าวขาวเมล็ดยาวหุงสุก 1 ถ้วยตวง

ไข่ 1 ฟอง

เกลือโคเชอร์ 1/4 ช้อนชา เพิ่มเพื่อลิ้มรส

ยี่หร่า 1/4 ช้อนชา

หยิกของพริกป่นเพื่อลิ้มรส

น้ำมันมะกอก 1-2 ช้อนโต๊ะ

ซอสจิ้ม Chipotle รมควัน

ทิศทาง

วางถั่วที่ล้างแล้วลงในชามผสมขนาดใหญ่ คลุกเคล้ากับที่บดมันฝรั่งจนเป็น
เนื้อเหนียว ใส่ข้าว ผงยี่หร่า และพริกป่น ผัดให้เข้ากันชิมรส

ใส่ไข่และใช้มือหรือช้อนขนาดใหญ่คนให้เข้ากัน

ใช้ช้อนหรือช้อนเล็กๆ ปั้นเป็นก้อน จากนั้นใช้ปลายนิ้วค่อยๆ ปัดรอบๆ ปั้น
ลูกบอลทั้งหมดแล้ววางบนจานขนาดใหญ่หรือเขียง ในกระทะขนาดใหญ่ที่มี
ความร้อนสูงปานกลาง อุ่นน้ำมันประมาณหนึ่งช้อนโต๊ะ ปรุงลูกชิ้นในกระทะ
จนแต่ละด้านมีสีน้ำตาลอ่อน ใช้เวลาสองสามนาทีในแต่ละด้าน พลิกด้านละ
2-3 ครั้ง

174

หากคุณไม่คุ้นเคยกับการทำอาหารเป็นชุดๆ นี่คือเคล็ดลับ

เริ่มวางข้าวปั้นของคุณลงในกระทะที่ขอบด้านนอกข้างที่จับ หมุนตามเข็ม
นาฬิกาไปรอบๆ กระทะ แล้วเติมตรงกลาง

หลังจากที่ลูกบอลเป็นสีน้ำตาลแล้ว ให้นำออกจากกระทะแล้ววางลงบนจาน
ที่สะอาด กางเต็นท์อย่างหลวมๆ ด้วยกระดาษฟอยล์เพื่อให้ร่างกายอบอุ่น
ปรุงอีกครึ่งลูกที่เหลือแล้วเสิร์ฟอุ่น ๆ สนุก!

57. ถั่วทอด ข้าว และไส้กรอกบอล

ส่วนผสม :

ข้าวเมล็ดยาวหุงสุก 1 ถ้วย

ถั่วพินโต 1 ถ้วยปรุงจนเป็นครีม

4 หัวหอมหั่นบาง ๆ

4 ช้อนโต๊ะ ไส้กรอกสับละเอียด

ทั้งหมด 1 ถ้วยบวก 2 ช้อนโต๊ะเกล็ดขนมปังแห้ง

ซอสร้อน 2 ช้อนชา - ทางเลือกของคุณ

ไข่ทั้งหมด 2 ฟอง

แป้งอเนกประสงค์ 1 ถ้วยตวง

นม 1/2 ถ้วยตวง

น้ำมันสำหรับทอด

น้ำจิ้มครีโอล:

มายองเนส 1 ส่วน

มัสตาร์ดครีโอล 1 ส่วน

ทิศทาง :

ผสมข้าว ถั่ว หัวหอม ไส้กรอก และเกล็ดขนมปัง 2 ช้อนโต๊ะ โรยซอสร้อน แล้วคนไข่หนึ่งฟองเพื่อให้แป้งแน่น

ปัดนมและไข่ที่เหลือเพื่อล้างไข่

ปั้นลูกบอลเล็กๆ จากส่วนผสมของถั่ว ข้าว และไส้กรอก ม้วนแป้งแล้วเคลือบ
ด้วยไข่ล้างและม้วนในเกล็ดขนมปังที่เหลือ

ตั้งน้ำมันให้ร้อนถึง 360 องศา F แล้วทอดจนเป็นสีเหลืองทอง ระบายบน
กระดาษเช็ดมือและเสิร์ฟทันทีกับ Creole Dipping Sauce หรือน้ำจิ้มที่คุณ
ชอบ

น้ำจิ้มครีโอล: ผสมมายองเนสหนึ่งส่วนกับครีโอลมัสตาร์ดหนึ่งส่วน แล้ว
เสิร์ฟพร้อมถั่วและข้าวปั้น

58. ข้าวเมล็ดยาวและถั่วพินโต

เวลา ซ่อมแซม : 30 นาที

เวลาทำอาหาร: 10 ถึง 30 นาที

เสิร์ฟ: 4

วัตถุดิบ

50 มล./2 ชั้น ออนซ์ น้ำมันพืช

1 หัวหอมสับละเอียด

300 มล./10½ ออนซ์ ข้าวเมล็ดยาว

400 มล./14½ ออนซ์ น้ำ

400 มล./14½ ออนซ์ กะทิ

400g/14¼oz ถั่วกระป๋อง ล้างและสะเด็ดน้ำ

โหระพาสด 3 ช้อนโต๊ะ

เกลือและพริกไทยดำบดสด

ผักชีสดสำหรับโรยหน้า

ทิศทาง

ตั้งน้ำมันในกระทะให้ร้อนแล้วเจียวหัวหอมจนโปร่งแสง

ใส่ข้าว คนให้เข้ากัน เติมน้ำและกะทิ นำไปต้ม

ใส่ถั่วพินโตและโหระพา เคี่ยวและปิดฝาประมาณ 20 นาทีจนข้าวสุก ปรุงรส
ด้วยเกลือและพริกไทยดำสด

เสิร์ฟตกแต่งด้วยผักชี

59. ไก่มะนาวกับข้าวเมล็ดยาวผัดไข่

เวลา ซ่อมแซม : 30 นาที

เวลาทำอาหาร: 10 ถึง 30 นาที

เสิร์ฟ: 2

วัตถุดิบ

สำหรับไก่

2 อกไก่ไร้หนัง

น้ำมันงา 2 ช้อนโต๊ะ

น้ำมันพืช 2 ช้อนชา

ซอสถั่วเหลือง 2 ช้อนโต๊ะ

2 กลีบกระเทียมสับละเอียด

มะนาว $\frac{1}{2}$ ลูก ผิวขูด และน้ำผลไม้

เกลือและพริกไทยดำบดสด

น้ำผึ้งใส 1 ช้อนโต๊ะ

สำหรับข้าว

น้ำมันถั่วลิสง 2 ช้อนโต๊ะ

น้ำมันงา 2-3 ช้อนชา

ไข่ไก่ 2 ฟอง ตีเบาๆ

สาดซอสถั่วเหลือง

2 ต้นหอมสับละเอียด

ถั่วพินโต 50 กรัม/2 ออนซ์ ปรุงสุกแล้ว

ข้าวเมล็ดยาว 150 กรัม/5 ออนซ์ หุงแล้ว

เกลือและพริกไทยดำบดสด

ผักชีสับ 3-4 ช้อนโต๊ะ

มะนาวฝานเป็นแว่นสำหรับเสิร์ฟ

ทิศทาง

ในการผีเสื้อ อกไก่วางบนกระดานแล้วใช้มีดคมๆ กรีดขนานกับเขียง 3 ใน 4 ของเต้านมแต่ละข้าง

เปิดอกไก่แต่ละข้างออก คุณจะได้อกไก่ที่บางและใหญ่ขึ้น 2 ชิ้น

ใส่ลงในชามที่มีน้ำมันงา 1 ช้อนโต๊ะ น้ำมันพืช ซอสถั่วเหลือง กระเทียม ผิวเลมอน และน้ำผลไม้

ปรุงรสด้วยเกลือและพริกไทยดำบดสดแล้วผสมให้เข้ากัน ในชามแยกต่างหาก ผสมน้ำผึ้งกับน้ำมันงาที่เหลือ

ตั้งกระทะด้วยไฟแรงปานกลางจนควันขึ้น จากนั้นวางไก่ลงบนตะแกรงและย่างด้านละ 2-3 นาที โดยทาส่วนผสมน้ำผึ้งและงา 1-2 ครั้ง

เมื่อเสร็จแล้ว ควรย่างบนเตาถ่านด้านนอกให้สุกทั่ว ปล่อยให้พักผ่อน 2-3 นาที

ในขณะเดียวกัน สำหรับข้าว ตั้งกระทะบนไฟแรง จากนั้นใส่ถั่วลิสงและน้ำมันงาหนึ่งช้อนชา เมื่อน้ำมันเริ่มมีประกายแวววาว ใส่ไข่และปรุงอาหาร โดยคนตลอดเวลาประมาณ 1-2 นาที หรือจนกว่าจะเป็นไข่คน

ตอกไข่ไปด้านข้างกระทะแล้วเติมน้ำมันงา ซีอิ๊วขาว ต้นหอม และถั่วพินโตอีกเล็กน้อย ปรุงต่อหนึ่งนาที จากนั้นใส่ข้าวลงไป ปรุงรสด้วยเกลือและพริกไทยดำบดสด

ปรุงอาหาร กวนต่อเนื่อง 3-4 นาที หรือจนอุ่นทั่ว ผัดผักชี

ในการเสิร์ฟ ตักข้าวใส่จาน หั่นไก่ตามแนวทแยงเป็นเส้นบาง ๆ แล้ววางบนข้าว ด้านบนด้วยมะนาวฝาน

60. ข้าวเมล็ดยาว Hoppin 'John

เวลา ซ่อมแซม : 30 นาที

เวลาทำอาหาร: 30 นาทีถึง 1 ชั่วโมง

เสิร์ฟ: 4

วัตถุดิบ

น้ำมันพืช 2 ช้อนโต๊ะ

เบคอนสุกและหั่นฝอย 300 ก./10 $\frac{1}{2}$ ออนซ์

1 พริกเขียวสับละเอียด

1 พริกแดงสับละเอียด

หอมแดง 1 หัวสับละเอียด

ผักชีฝรั่ง 3 แท่งสับละเอียด

4 กลีบกระเทียมบด

พริกแห้งป่น 1 ช้อนชา

ใบกระวาน 2 ใบ

น้ำสต็อกไก่หรือผัก 1 ลิตร/1$\frac{3}{4}$ ไพน์

ถั่วกระป๋อง 400 กรัม/14 ออนซ์ สะเด็ดน้ำและล้าง

ข้าวเมล็ดยาว 225 ก./8 ออนซ์

ครีโอล 2 ช้อนโต๊ะหรือเครื่องปรุงรสอเนกประสงค์

เกลือและพริกไทยดำบดสด

เสิร์ฟ

ผักชีฝรั่งใบแบนหนึ่งกำมือสับละเอียด

พวงต้นหอมสับละเอียด

ทิศทาง

ตั้งน้ำมันในกระทะใบใหญ่บนไฟร้อนปานกลาง.

ใส่เบคอนลงในกระทะแล้วทอดจนกรอบ นำออกด้วยช้อน slotted และ
สะเด็ดน้ำบนกระดาษสำหรับทำครัว

ใส่หอมหัวใหญ่ พริก ขึ้นฉ่าย กระเทียม พริกป่น ใบกระวาน เครื่องปรุงรสครี
โอล เกลือ และพริกไทย ลงในกระทะ แล้วผัดด้วยไฟอ่อนถึงปานกลางจน
นิ่ม

เทน้ำสต็อกและนำไปต้ม

ใส่ข้าว ถั่ว และเบคอนลงไปผัดให้เข้ากัน ปิดฝาและเคี่ยวประมาณ 20 นาที
หรือจนกว่าข้าวจะนุ่มและของเหลวส่วนใหญ่ถูกดูดซึม

แบ่งใส่ชามเสิร์ฟ โรยหน้าด้วยผักชีฝรั่งและต้นหอม พร้อมเสิร์ฟ

61. ถั่วและข้าว Pinto ที่ได้แรงบันดาลใจจากเม็กซิกัน

เวลาเตรียม: 25 นาที

เวลาทำอาหาร: 20 นาที

เสิร์ฟ: 8

วัตถุดิบ

น้ำซุปไก่ 1 ช้อนโต๊ะ

3 ช้อนโต๊ะ วางมะเขือเทศ

1 ช้อนชา เมล็ดผักชีบด

1 ช้อนชา เกลือ

$\frac{1}{2}$ ช้อนชา ผงกระเทียม

$\frac{1}{4}$ ช้อนชา พริกไทย

$3\frac{1}{2}$ ถ้วยตวง น้ำ

2 ถ้วย ข้าวขาวเมล็ดยาวซาวด้วยกระชอนตาถี่

1 พริกหยวกแดง ปลอกเมล็ด หั่นเป็นลูกเต๋า

$\frac{1}{4}$ ถ้วย หอมแดงสับละเอียด

1 jalapeno, ลำต้น, เมล็ดและหั่นสี่เหลี่ยมลูกเต๋าละเอียด

2 ช้อนโต๊ะ ผักชีสับละเอียด

ถั่วพินโตกระป๋อง 15 ออนซ์ สะเด็ดน้ำและล้าง

ทิศทาง

ใส่ฐานไก่ วางมะเขือเทศ ผักชี เกลือ ผงกระเทียม และพริกไทยลงในหม้อ ปัดให้เข้ากัน

ค่อยๆ เติมน้ำ ใส่ข้าวลงไปผัดให้เข้ากัน ตั้งหม้อบนไฟร้อนปานกลางแล้วนำไปต้ม คนเป็นครั้งคราว

ลดความร้อนลงเหลือปานกลาง ปิดฝา ปรุงอาหารต่อไปจนกว่าของเหลวจะถูกดูดซึม กวนเป็นครั้งคราวประมาณ 12-15 นาที นำออกจากเตาแล้วพักไว้สักครู่

ใส่ข้าวลงในชามใบใหญ่แล้วใส่พริกหยวก หัวหอม พริกฮาลาเปญโญ และผักชี คนให้เข้ากัน

ผัดถั่วเบา ๆ และเสิร์ฟ

62. ถั่วปินโตและข้าวกับผักชี

เวลาเตรียม: 5 นาที

เวลาทำอาหาร: 25 นาที

เสิร์ฟ 6

วัตถุดิบ

สำหรับข้าว:

ข้าวขาวเมล็ดยาว 1 ถ้วย

น้ำมันมะกอก 1 ช้อนโต๊ะ

8 ออนซ์ กระป๋องซอสมะเขือเทศ

พริกหยวกแดง 1 เม็ดคว้านเมล็ดและหั่นเป็นสี่ส่วน

น้ำสต๊อกไก่หรือน้ำซุปผัก 1 1/2 ถ้วยตวง

เกลือโคเชอร์ 3/4 ช้อนชา

ผงกระเทียม 1 ช้อนชา

พริกป่น 1/4 ช้อนชา

ยี่หร่า 1/4 ช้อนชา

มะเขือเทศหั่นเต๋า 1/2 ถ้วยตวง

ผักชีสับ 2 ช้อนโต๊ะสำหรับปรุงแต่ง

สำหรับถั่ว:

ถั่วพินโตกระป๋อง 15 ออนซ์เทน้ำออกและล้าง

น้ำซุปไก่หรือน้ำซุปผัก 1/2 ถ้วยตวง

วางมะเขือเทศ 1 ช้อนโต๊ะ

เกลือ 3/4 ช้อนชา

พริกป่น 3/4 ช้อนชา

ปิโก เดอ กัลโล 1/2 ถ้วย สำหรับโรยหน้า

ทิศทาง

สำหรับข้าว:

อุ่นน้ำมันมะกอกในหม้อขนาด 2 ควอร์ตบนไฟร้อนปานกลาง ใส่ข้าวลงไปผัด
จนน้ำมันเคลือบข้าว หุงประมาณ 5 นาที หรือจนกว่าข้าวจะปิ้งและมีสีน้ำตาล
อ่อนๆ

ส่วนผสม ที่ เหลือ ทั้งหมด

นำหม้อกลับไปที่เตาและนำเนื้อหาไปต้ม

ปิดฝาหม้อแล้วลดความร้อนลง ปรุงอาหารเป็นเวลา 17 นาที

นำหม้อออกจากเตาแล้วพักไว้ ปิดฝาไว้ 5 นาที ลบและทิ้งพริกหยวก คนให้
เข้ากัน โรยหน้าด้วยมะเขือเทศและต้นหอมหากต้องการ

สำหรับถั่ว:

ใส่ส่วนผสมทั้งหมดลงในกระทะบนไฟร้อนปานกลางและนำไปเคี่ยว ปรุง
อาหารประมาณ 7-10 นาทีจนซอสข้น ชิมรสและเพิ่มเกลือหรือผงพริกหาก

จำเป็น คุณยังสามารถเพิ่มน้ำสต๊อกไก่ได้อีกเล็กน้อยหากซอสข้นเกินไปสำหรับความชอบของคุณ ประดับด้วยปีโกเดอกัลโลหากต้องการ

63. ถั่วและข้าวสเปนปินโต

เวลาเตรียม 10 นาที

เวลาทำอาหาร 25 นาที

เสิร์ฟ 2

วัตถุดิบ

สำหรับข้าว

น้ำซุปผัก 2 ถ้วย 475 มล

ข้าวเมล็ดยาว 1 ถ้วย 190 กรัม

หญ้าฝรั่น 1/4 ช้อนชา 17 กรัม

หยิกเกลือทะเล

พริกไทยดำ

สำหรับถั่ว

น้ำมันมะกอกบริสุทธิ์ 2 ช้อนโต๊ะ 30 มล

1 หัวหอมเล็ก

กระเทียม 4 กลีบ

1 แครอท

1 พริกหยวกสีเขียว

พริกขี้หนูสเปนรมควันหวาน 1 ช้อนชา 2.30 กรัม

ยี่หร่าป่น 1/2 ช้อนชา 1.25 กรัม

ถั่วพินโตกระป๋อง 2 1/2 ถ้วย 400 กรัม

น้ำซุปผัก 1 ถ้วย 240 มล

หยิกเกลือทะเล

พริกไทยดำ

ผักชีฝรั่งสับละเอียดหนึ่งกำมือ

ทิศทาง

เติมน้ำซุปผัก 2 ถ้วยลงในกระทะ บีบหญ้าฝรั่น 1/4 ช้อนชา ปรุงรสด้วยเกลือ
ทะเลและพริกไทยดำป่น นำไปตั้งไฟแรง

ในขณะเดียวกัน ใส่ข้าวเมล็ดยาว 1 ถ้วยลงในตะแกรงแล้วล้างด้วยน้ำเย็น
ไหล จนกว่าน้ำจะใสใต้ตะแกรง

เมื่อน้ำซุปเดือด ใส่ข้าวลงในกระทะ คนให้เข้ากัน ปิดฝาหม้อ ลดเป็นไฟอ่อน
ปานกลาง เคี่ยวจนข้าวสุก

ในขณะเดียวกัน ตั้งกระทะขนาดใหญ่ด้วยไฟปานกลางและใส่น้ำมันมะกอก
บริสุทธิ์ 2 ช้อนโต๊ะ หลังจาก 2 นาที ใส่หัวหอมเล็กหั่นสี่เหลี่ยมลูกเต๋า 1 หัว
พริกหยวกสีเขียวสับละเอียด 1 หัว แครอท 1 หัว และกระเทียมสับละเอียด 4
กลีบ ผสมผัก ด้วยน้ำมันมะกอกอย่างต่อเนื่อง

หลังจาก 4 นาทีและผัดผักเบา ๆ ให้ใส่พริกหยวกสเปนรมควันหวาน 1 ช้อน
ชาและยี่หร่าบด 1/2 ช้อนชา ผสมอย่างรวดเร็วจากนั้นใส่ถั่วปินโตกระป๋อง 2
1/2 ถ้วยและปรุงรสด้วยเกลือทะเลและพริกไทยดำอย่างเบามือ ผสมจนเข้า
กันดี เติมน้ำซุปผัก 1 ถ้วย เคี่ยวไฟปานกลาง

เมื่อข้าวสุกแล้ว ให้นำข้าวออกจากเตา ปล่อยทิ้งไว้ 3 ถึง 4 นาทีโดยเปิดฝา จากนั้นเปิดฝาออกแล้วใช้ส้อมคนข้าวให้ฟู จากนั้นจึงตักข้าวใส่จานเสิร์ฟ

หยิบถั่วที่เคี่ยวแล้วใส่ลงในจานเสิร์ฟข้างข้าว โรยหน้าด้วยผักชีฝรั่งสับสดๆ แล้วสนุกได้เลย!

64. ข้าวหม้อเดียวและถั่ว

เสิร์ฟ: 4 เสิร์ฟ

ทั้งหมด : 30 นาที

วัตถุดิบ

น้ำมันมะกอก 2 ช้อนโต๊ะ

หัวหอมสีเหลือง 1 หัวสับ

น้ำสต๊อกไก่หรือผักหรือน้ำ 1 $\frac{3}{4}$ ถ้วยตวง

เกลือ 1 ช้อนชา

ข้าวเมล็ดยาว 1 ถ้วย

ถั่วปินโตกระป๋องขนาด 15.5 ออนซ์

มะนาวฝานหรือใบผักชี สำหรับโรยหน้า

ทิศทาง

ในกระทะขนาดใหญ่หรือเตาอบแบบดัตช์ที่มีฝาปิดแน่น อุ่นน้ำมันมะกอกบน
ไฟร้อนปานกลาง เพิ่มหัวหอมและผัดจนโปร่งแสงประมาณ 3 นาที เพิ่มน้ำ
สต๊อก ปิดฝา และนำไปต้ม

ใส่เกลือ ข้าว และถั่ว ผัดให้เข้ากันแล้วปิดฝา

ลดความร้อนลงให้ต่ำที่สุด จากนั้นปล่อยให้เดือดปุดๆ เป็นเวลา 18 ถึง 20
นาที นำออกจากเตาแล้วปล่อยทิ้งไว้ 4 นาที จากนั้นใช้ส้อมตีให้ฟู

ปรุงรสด้วยเกลือและพริกไทย แล้วโรยหน้าด้วยมะนาวหรือผักชีตามชอบ

65. ถั่ว Pinto และข้าวใต้

เวลาเตรียม : 5 นาที

เวลาทำอาหาร : 4 ชม

เสิร์ฟ : 6 ถ้วย

วัตถุดิบ

1 ปอนด์ ถั่วปินโตแห้ง

8 ถ้วยน้ำหรือน้ำซุป

เกลือ 2 ช้อนโต๊ะสำหรับแช่ค้างคืน เกลือแกง

ผงหัวหอม 2 ช้อนโต๊ะ หรือหัวหอมสดหั่นสี่เหลี่ยมลูกเต๋า 1 ถ้วย

ผงกระเทียม 2 ช้อนโต๊ะ

ข้าวเมล็ดยาว 2 ถ้วยหุงแล้ว

ขาหมูรมควัน 1 ชิ้น

เกลือและพริกไทยเพื่อลิ้มรส

ทิศทาง

ใส่ถั่วในเตาอบดัตช์ขนาดใหญ่พร้อมหัวหอมและผงกระเทียม

ปรุงอาหารด้วยไฟอ่อน ๆ เป็นเวลา 3-4 ชั่วโมงหรือจนนุ่ม ตรวจสอบระดับ
ของเหลวบ่อยๆ เพิ่มมากขึ้นหากจำเป็น เมื่อนุ่มแล้วชิมรสและปรับให้เหมาะ
สม

1 ปอนด์ ถั่วพินโตแห้ง น้ำเปล่าหรือน้ำซุป 8 ถ้วย ผงหัวหอม 2 ช้อนโต๊ะ
ผงกระเทียม 2 ช้อนโต๊ะ ขาหมูรมควัน 1 ชิ้น

66. ถั่วปินโตและข้าวและไส้กรอก

เวลาเตรียม: 20 นาที

เวลาทำอาหาร: 105 นาที

เสิร์ฟ: 6 เสิร์ฟ

วัตถุดิบ

ถั่วปินโตแห้ง 1 ปอนด์

6 ถ้วยน้ำ

แฮมขาก 1 ชิ้นหรือกระดูกแฮมที่เหลือเป็นเนื้อ

หัวหอมขนาดกลาง 1 หัวสับ

3 กลีบกระเทียมสับ

เกลือ 1 1/2 ช้อนชา

ไส้กรอกรมควัน andouille 1 ปอนด์หรือไส้กรอกรมควันที่คล้ายกันหั่นบาง ๆ

มะเขือเทศกระป๋อง 14.5 ออนซ์ หั่นสี่เหลี่ยมลูกเต๋า

พริกขี้หนูสีเขียวอ่อน 4 ออนซ์

พริกแดงป่น 1/2 ช้อนชา

ข้าวขาวหุงสุก 4 ถ้วย เมล็ดยาวหรือปลายข้าวด่วน ต้มให้ร้อน

ทิศทาง

คืนก่อนใส่ถั่วพินโตลงในชามหรือหม้อขนาดใหญ่แล้วปิดด้วยน้ำให้ลึก ประมาณ 3 นิ้วเหนือถั่ว ปล่อยให้ยืนเป็นเวลา 8 ชั่วโมงหรือข้ามคืน ระบาย น้ำได้ดี

รวมถั่วที่แช่และสะเด็ดน้ำกับน้ำ ขาหมูแฮม หัวหอม และกระเทียมในกระทะ ขนาดใหญ่หรือเตาอบแบบดัตช์บนไฟแรง นำไปต้ม. ปิดฝาและลดความร้อน ลงเหลือปานกลาง ต้มถั่วเป็นเวลา 45 นาที หรือจนกว่าถั่วจะนุ่ม

ใส่เกลือ ไส้กรอกหั่นบาง ๆ มะเขือเทศ พริกขี้หนูอ่อน และพริกแดงป่น หาก ต้องการ ปิดฝา ลดความร้อนลงเหลือไฟอ่อนและเคี่ยวเป็นเวลา 1 ชั่วโมง กวนเป็นครั้งคราว

ถอดขากแฮมและเอาเนื้อออกจากกระดูก หั่นแฮมด้วยส้อมหรือสับ นำแฮม กลับไปผสมกับถั่ว

เสิร์ฟถั่วพินโตกับข้าวสวยร้อนๆ

67. Gallopinto (ข้าวและถั่วนิการากัว)

เวลาเตรียม: 45 นาที

รวม เวลา : 24 ชม

เสิร์ฟ: 8 เสิร์ฟ

วัตถุดิบ

สำหรับถั่วนั้น

ถั่วพินโตแห้ง 1 ถุง (16 ออนซ์)

เกลือ

7 กลีบกระเทียมปอกเปลือก

สำหรับข้าวนั้น

น้ำมันพืช 1/4 ถ้วยแบ่ง

หัวหอมสีเหลืองขนาดกลาง 1 หัวสับละเอียด

ข้าวขาวเมล็ดยาว 1 1/2 ถ้วยตวง

น้ำเปล่า 3 ถ้วยหรือน้ำซุปไก่โซเดียมต่ำ

พริกหยวกเขียว 1/2 ลูก คว้านเมล็ดออก

ทิศทาง

สำหรับถั่ว:

กระจายถั่วออกบนแผ่นอบที่มีขอบ เลือกเศษและเมล็ดถั่วที่แตกออก โอนถั่ว
ไปยังกระชอนแล้วล้างออกด้วยน้ำเย็น วางถั่วที่ล้างแล้วในหม้อขนาดใหญ่
แล้วปิดด้วยน้ำเย็น ปล่อยให้แช่เป็นเวลา 30 นาที

นำไปต้มกับความร้อนสูง ลดความร้อนลงเหลือปานกลางและเคี่ยวถั่วเป็น
เวลา 30 นาที ปิดไฟ ปิดฝาถั่ว แล้วพักไว้ 1 ชั่วโมง นำถั่วกลับขึ้นไปต้มบน
ไฟแรง ใส่เกลือและกระเทียม 2 ช้อนชา ลดไฟลงเหลือปานกลาง และเคี่ยว
จนถั่วนิ่มประมาณ 30 ถึง 60 นาที

สำหรับข้าว:

ตั้งน้ำมัน 2 ช้อนโต๊ะในกระทะก้นลึกขนาดใหญ่บนไฟร้อนปานกลางจนเป็น
ประกาย เพิ่ม 2/3 ของหัวหอมและปรุงอาหาร กวนจนนิ่มและโปร่งแสง
ประมาณ 5 นาที

ใส่ข้าวและปรุงอาหาร กวนจนเมล็ดพืชเป็นเงาและเคลือบด้วยน้ำมันอย่าง
สม่ำเสมอ 2 ถึง 3 นาที เติมน้ำหรือน้ำซุปและเกลือ 1 1/2 ช้อนชา เพิ่มความ
ร้อนสูงและนำไปต้ม วางพริกหยวกบนข้าว

ต้มข้าวโดยไม่ต้องคนจนกระทั่งของเหลวส่วนใหญ่ระเหยหมด และคุณจะ
เห็นฟองอากาศเล็กๆ แตกบนข้าว ลดความร้อนลงเป็นค่าต่ำสุดทันที ปิดฝา
และปรุงอาหารเป็นเวลา 15 นาที

ลบและทิ้งพริกหยวก ผัดข้าวด้วยตะเกียบหรือส้อม จากนั้นพักให้เย็นและแช่
เย็นไว้ 1 วัน

สำหรับแกลโลปินโต:

ตั้งน้ำมันที่เหลืออีก 2 ช้อนโต๊ะในกระทะขนาดใหญ่บนไฟร้อนปานกลางจน
เป็นประกาย เพิ่มหัวหอมที่เหลือและปรุงอาหาร กวนจนนิ่มและโปร่งแสง
ประมาณ 5 นาที

ใส่ข้าวและถั่ว 2 ถ้วยลงในกระทะแล้วหุง กวนจนข้าวสุกทั่วกัน ปรุงอาหารต่อไปโดยคนเพื่อให้รสชาติเข้ากันและส่วนผสมมีความกรอบเล็กน้อยประมาณ 1 0 นาที ปิดฝาและปรุงอาหารด้วยไฟอ่อนอีก 10 นาที

68. ซอสถั่วและมะเขือเทศบนข้าว

เสิร์ฟ: 6 เสิร์ฟ

วัตถุดิบ

1 ถ้วย ถั่วพินโตแช่

พริก Serrano 2 เม็ด เมล็ดและสับ

½ ช้อนโต๊ะ ขูดขิง

อย่างละ 1 อัน ใบกระวาน

¼ ช้อนชา ขมิ้น

4 ถ้วย น้ำ

1⅓ ถ้วย คลังสินค้า

¼ ถ้วย ผักชี

เกลือและพริกไทย

2 ช้อนโต๊ะ พีแคนสับและปิ้ง

2 ช้อนโต๊ะ น้ำมันมะกอก

4 มะเขือเทศหั่นสี่เหลี่ยมลูกเต๋า

1 ช้อนชา พริกป่น

1 ช้อนโต๊ะ ต้นมาเจอแรมสด

1 ช้อนชา น้ำเชื่อมเมเปิ้ล

5 ถ้วย น้ำ

1½ ถ้วยตวง ข้าวเมล็ดยาว

2 แครอทหั่นฝอย

อย่างละ 1 อัน อบเชยแท่ง 3"

½ ช้อนโต๊ะ น้ำมันมะกอก

ทิศทาง

ปรุงถั่วเป็นเวลา 1½ ถึง 2 ชั่วโมง จนกว่าถั่วจะนุ่ม ทิ้งใบกระวาน &

ซอส:

รวมถั่ว พริก ขิง ใบกระวาน ขมิ้น และน้ำในหม้อใบใหญ่

นำไปต้ม ลดความร้อน ปิดฝาและปรุงอาหาร

ใส่ถั่ว น้ำสต็อก และผักชีลงในเครื่องเตรียมอาหารและชีพจรลงในซอสที่เป็นก้อน ปรุงรส เพิ่มพีแคนและอุ่นเล็กน้อย

มะเขือเทศ:

รวมมะเขือเทศ พริกป่น มาจอแรม และน้ำเชื่อมในกระทะผัด ปรุงรสด้วยเกลือและพริกไทย ผัดด้วยไฟปานกลางจนมะเขือเทศเริ่มเป็นคาราเมล ประมาณ 10 นาที อุ่นด้วยความร้อนต่ำ

ข้าว:

ต้มน้ำแล้วผัดข้าว แครอท และอบเชย หุงจนข้าวนุ่ม 10 ถึง 12 นาทีหากใช้
ข้าวขาว ระบายและทิ้งอบเชยและล้างใต้น้ำไหลสักครู่

กลับไปที่กระทะและโยนด้วยน้ำมัน

เสิร์ฟ ตักข้าวใส่จานอุ่นๆ ราดด้วยซอสถั่ว และโรยด้วยมะเขือเทศ

69. ถั่วคาจันปินโต

เสิร์ฟ: 8

วัตถุดิบ

ถั่วปินโตถุงเล็กอย่างละ 1 ถุง ล้างและหยิบผ่าน

แป้ง $\frac{1}{4}$ ถ้วยตวง

$\frac{1}{4}$ ถ้วย น้ำมันเบคอน

หัวหอมใหญ่ 1 หัวสับ

6 กลีบกระเทียมสับ

เซเลอรี่ $\frac{1}{2}$ ถ้วย สับ

ใบกระวานอย่างละ 1 ใบ

$\frac{1}{4}$ ถ้วย พริกป่น

ยี่หร่าป่น 2 ช้อนโต๊ะ

มะเขือเทศ 1 กระป๋องพร้อมพริก

เกลือเพื่อลิ้มรส

ขาหมูแฮมหรือหมูเกลือ 2 ปอนด์

ผักชีสับ

ข้าวเมล็ดยาว 2 ถ้วยหุงสุก

ทิศทาง

เลือกถั่วพินโตและล้าง แช่ถั่วพินโต 1 ถุงเล็กค้างคืนในน้ำเย็นและเบกกิ้งโซดา 1 ช้อนโต๊ะ ล้างถั่วและปรุงอาหารเป็นเวลา 1 ชั่วโมง เปลี่ยนน้ำแล้วเติมเบกกิ้งโซดา 1 ช้อนโต๊ะอีกครั้ง ปรุงอาหารต่อไปอีกหรือสองชั่วโมงแล้วเปลี่ยนน้ำเป็นครั้งสุดท้าย ใส่เบกกิ้งโซดา และปรุงอาหารจนสุก

ทอดแป้ง $\frac{1}{4}$ ถ้วยและจาระบีเบคอน $\frac{1}{4}$ ถ้วยลงในรูส์สีเข้ม

เพิ่มและผัดสิ่งต่อไปนี้จนเหี่ยวะ หัวหอมใหญ่สับ 1 หัว, กระเทียมสับ 5 หรือ 6 กลีบ, ขึ้นฉ่ายสับ $\frac{1}{2}$ ถ้วย, ใบกระวาน 1 ใบ และผักชี

ใส่พริกป่น ผงยี่หร่า และมะเขือเทศกับพริกและเกลือเพื่อลิ้มรส

อาจปรุงด้วยแฮมขากหรือหมูย่างเกลือ

การใช้รูส์นี้ช่วยเพิ่มรสชาติที่ยอดเยี่ยมให้กับถั่วพินโต

เสิร์ฟพร้อมข้าวเมล็ดยาว

70. ข้าวและถั่วกับชีส

เสิร์ฟ: 5

วัตถุดิบ

1⅓ ถ้วย น้ำ

1 ถ้วย แครอทหั่นฝอย

1 ช้อนชา น้ำซุปไก่สำเร็จรูป

¼ ช้อนชา เกลือ

ถั่วปินโตกระป๋อง 15 ออนซ์ สะเด็ดน้ำ

8 ออนซ์ โยเกิร์ตไขมันต่ำธรรมดา

½ ถ้วย เชดดาร์ชีสไขมันต่ำขูดฝอย

⅔ ถ้วย ข้าวเมล็ดยาว

½ ถ้วย หัวหอมสีเขียวหั่นบาง ๆ

½ ช้อนชา ผักชีป่น

1 ช้อนชา ซอสพริกขี้หนู

1 ถ้วย คอทเทจชีสไขมันต่ำ

1 ช้อนโต๊ะ ผักชีฝรั่งสดสับ

ทิศทาง

ในกระทะขนาดใหญ่รวมน้ำ ข้าว แครอท ต้นหอม น้ำซุปเม็ด ผักชี เกลือ และ ซอสพริกขี้หนูบรรจุขวด

นำไปต้ม; ลดความร้อน ปิดฝาและเคี่ยวประมาณ 15 นาที หรือจนกว่าข้าวจะ นุ่มและน้ำซึมเข้าไป

ผัดในถั่วพินโตหรือสีกรมท่า คอทเทจชีส โยเกิร์ต และผักชีฝรั่ง

ช้อนลงในจานอบขนาด 10x6x2"

นำเข้าอบในเตาอบ 350 องศา F. ประมาณ 20-25 นาทีหรือจนร้อน โรย ด้วยเชดดาร์ชีส นำเข้าอบประมาณ 3-5 นาทีหรือจนกว่าชีสจะละลาย

71. ถั่วปินโตและข้าวหญ้าฝรั่น

เสิร์ฟ: 4

วัตถุดิบ

ถั่ว

ถั่วพินโตแห้ง 3 ถ้วย

เนย 1/2 แท่ง

น้ำมันหมู 1/3 ถ้วยตวง

โซฟริโต 1/2 ถ้วยตวง

หัวหอมใหญ่ 1 หัวหั่นสี่เหลี่ยมลูกเต๋า

3 ควอร์ตของน้ำ

ข้าว

ข้าวเมล็ดยาว 1-1/2 ถ้วย

น้ำซุปไก่ 3 ถ้วย

หญ้าฝรั่น 1/2 ช้อนชา

เกลือโคเชอร์ 1-1/2 ช้อนชา

น้ำเปล่า 1/2 ถ้วยตวง

เนย 1 ช้อนโต๊ะ

น้ำส้มสายชู ซอสพริกขี้หนู

ทิศทาง

ล้างถั่วและนำสิ่งแปลกปลอมออกให้หมด เช่น ก้อนหินและถั่วเน่า

หั่นหัวหอมเป็นลูกเต๋า

ใส่หอมหัวใหญ่ ถั่ว โซฟรีโต น้ำ และเนย

ปล่อยให้ร้อนประมาณ 4 นาทีแล้วใส่น้ำมันหมู

ปิดฝาและต้มประมาณ 15 นาที คน ปิดฝาอีกครั้ง และลดความร้อนลงครึ่ง
หนึ่ง ปรุงอาหารจนถั่วนุ่มแล้วใส่เกลือ

ละลายเนยและเพิ่มข้าว คนให้เข้ากันแล้วเติมหญ้าฝรั่น น้ำซุป และน้ำ

ต้มข้าวกวนเป็นครั้งคราวจากนั้นเมื่อของเหลวถูกดูดซึม ปิดฝาและนำออก
จากความร้อนอย่ารบกวนเป็นเวลา 20 นาที

เสิร์ฟพร้อมถั่วบนข้าว ใส่น้ำส้มสายชูและซอสพริกขี้หนู

72. ทาโก้ปรุงรสข้าวด้วยถั่วปินโต

เสิร์ฟ: 6 เสิร์ฟ

วัตถุดิบ

น้ำ 2 ถ้วย

8 ออนซ์ ซอสมะเขือเทศ

ส่วนผสมปรุงรสทาโก้ 1 ซอง

ข้าวโพด 1 ถ้วย

พริกเขียว $\frac{1}{2}$ ถ้วย -- สับ

ออริกาโน $\frac{1}{2}$ ช้อนชา

ผงกระเทียม $\frac{1}{8}$ ช้อนชา

ข้าวเมล็ดยาว 1 ถ้วย

ถั่วปินโต 16 ออนซ์ กระป๋อง

ทิศทาง

ในกระทะขนาดกลาง รวมส่วนผสมทั้งหมด ยกเว้นข้าวและถั่ว

นำส่วนผสมไปต้มบนไฟร้อนปานกลาง ผัดข้าวและถั่ว

เมื่อส่วนผสมเดือดอีกครั้ง คน จากนั้นลดความร้อนลงเหลือปานกลาง ปิดฝา
และเคี่ยวจนของเหลวส่วนใหญ่สุกหมด 45 นาทีถึง 1 ชั่วโมง

นำออกจากเตาแล้วพักไว้ประมาณ 5 นาที

ผสมให้เข้ากัน

73. ข้าวฟักทองอินเดียและถั่ว

เสิร์ฟ: 8

วัตถุดิบ

น้ำมันคาโนลา 1 ช้อนโต๊ะ

1 หัวหอมสีเหลืองขนาดกลาง หั่นแล้ว

กระเทียม 2 กลีบ สับ

ก้อนฟักทอง 2 ถ้วย

ผงกะหรี่ 2 ช้อนชา

พริกไทยดำ $\frac{1}{2}$ ช้อนชา

เกลือ $\frac{1}{2}$ ช้อนชา

กานพลูป่น $\frac{1}{4}$ ช้อนชา

ข้าวขาวเมล็ดยาว 1$\frac{1}{2}$ ถ้วยตวง

ผักคะน้าหรือผักโขมสับหยาบ 1 ถ้วยตวง

ถั่วพินโตปรุงสุก 15 ออนซ์; ระบายออกและล้างออก

ทิศทาง

ในกระทะขนาดใหญ่ตั้งน้ำมันบนไฟร้อนปานกลาง

ใส่หัวหอมและกระเทียมลงไปผัด 5 นาทีจนหัวหอมโปร่งแสง ผัดฟักทอง
เครื่องแกง พริกไทย เกลือ และกานพลู แล้วปรุงต่ออีก 1 นาที

เติมน้ำ 3 ถ้วยและข้าว ปิดฝาแล้วนำไปเคี่ยว ปรุงอาหารด้วยไฟอ่อนปาน
กลางประมาณ 15 นาที

ผัดผักคะน้าและถั่วแล้วปรุงต่ออีกประมาณ 5 นาที

ผัดข้าวแล้วปิดไฟ ให้ยืนเป็นเวลา 10 ถึง 15 นาทีก่อนเสิร์ฟ

74. ถั่วคาวบอยเม็กซิกัน

เสิร์ฟ: 6

วัตถุดิบ

$\frac{1}{2}$ ปอนด์ ถั่วปินโตแห้ง
1 หัวหอมใหญ่ สีขาว
3 กลีบกระเทียมบด
ผักชี 2 ก้าน
$\frac{1}{4}$ ถ้วย น้ำสต๊อกผักหรือน้ำ
6 ออนซ์ โชริโซ่มังสวิรัติ
2 พริก Serrano สับ
1 มะเขือเทศขนาดใหญ่หั่นสี่เหลี่ยมลูกเต๋า

ทิศทาง

แช่ถั่วในน้ำข้ามคืน
วันรุ่งขึ้นกรองออกและวางไว้ในหม้อใบใหญ่ เทน้ำลงในหม้อให้เพียงพอเพื่อเติม $\frac{3}{4}$ ของทาง
ตัดหัวหอมของคุณครึ่ง ใส่หัวหอม $\frac{1}{2}$ ต้น ก้านผักชี และกระเทียม 3 กลีบลงในหม้อพร้อมกับถั่ว เก็บหัวหอมอีกครึ่งหนึ่งไว้
นำน้ำไปเคี่ยวและปล่อยให้ถั่วปรุงอาหารจนเกือบนุ่ม ประมาณ 1 $\frac{1}{2}$ ชั่วโมง
ในขณะที่ถั่วกำลังปรุงอาหารให้ร้อนกระทะผัดขนาดใหญ่ที่มีความร้อนสูงปานกลาง เพิ่ม chorizo และผัดจนเป็นสีน้ำตาลเล็กน้อยประมาณ 4 นาที
ในขณะที่ chorizo กำลังทำอาหารให้หั่นหัวหอมอีกครึ่งหนึ่งเป็นลูกเต๋า
นำโชริโซ่ออกจากกระทะแล้วพักไว้ เติมน้ำ $\frac{1}{4}$ ถ้วย หัวหอมหั่นสี่เหลี่ยมลูกเต๋า และพริก Serrano ลงในกระทะผัด ผัดหัวหอมและพริกจนนุ่มและโปร่งแสงประมาณ 4-5 นาที ใส่มะเขือเทศและปล่อยให้ปรุงอาหารต่อไปอีก 7-8 นาที หรือจนกว่ามะเขือเทศจะแตกตัวและขับน้ำออกมาจนหมด
เพิ่มส่วนผสมนี้และ chorizo ลงในหม้อถั่วและเคี่ยวต่ออีก 20 นาทีหรือจนกว่าถั่วจะนุ่ม ปรุงรสด้วยเกลือและพริกไทย
ก่อนเสิร์ฟ ให้นำหัวหอมครึ่งหัว ก้านผักชี และกลีบกระเทียมออกจากถั่ว ปรุงรสด้วยเกลือและพริกไทย

75. งานฉลองแคริบเบียน

วัตถุดิบ

ขนุนเจิร์ก

ขนุนสาวในน้ำเกลือ 3 กระป๋อง เทน้ำออกและหั่นเต๋า
น้ำมันมะพร้าว 1 ช้อนโต๊ะ
3 ต้นหอมหั่นบาง ๆ
3 กานพลูกระเทียมสับ
1/2 สก๊อตพริก Bonnet
ขิงชิ้นขนาดหัวแม่มือสับละเอียด
พริกเหลือง 1 เม็ด เอาเมล็ดออกและหั่นสี่เหลี่ยมลูกเต๋า
ถั่วพินโตกระป๋อง 1 ถ้วย / 200 กรัม
1 ช้อนโต๊ะ เครื่องเทศทั้งหมด
อบเชยป่น 2 ช้อนชา
ซอสถั่วเหลือง 3 ช้อนโต๊ะ
5 ช้อนโต๊ะ Tomato Purée
น้ำตาลมะพร้าว 4 ช้อนโต๊ะ
น้ำสับปะรด 1 ถ้วย / 240 มล
น้ำมะนาว 1 ลูก
ใบโหระพาสด 1 ช้อนโต๊ะ
เกลือทะเล 2 ช้อนชา
พริกไทยดำป่น 1 ช้อนชา

ข้าวและถั่ว

ถั่วไต 1 กระป๋องของเหลวที่สงวนไว้
กะทิ 1 กระป๋อง
โหระพาสด 3 ช้อนโต๊ะ
หยิกเกลือทะเลและพริกไทยดำ

ข้าวเมล็ดยาว 1 & 1/2 ถ้วย / 340 กรัม ล้างให้สะอาด
สต็อกผักหากจำเป็น

ผัดผัก

2 กล้า ปอกเปลือกและหั่นเป็นแผ่น ซม
น้ำมันมะพร้าว Vita Coca 2 ช้อนโต๊ะ
น้ำตาลมะพร้าว 2 ช้อนโต๊ะ
หยิกเกลือและพริกไทย

สลัดมะม่วง

มะม่วงสด 1/2 ลูก ปอกเปลือกและหั่นสี่เหลี่ยมลูกเต๋า
พริกสด 1 ช้อนชา สับละเอียด
ผักชีสดหนึ่งกำมือ
น้ำมะนาวครึ่งลูก
สลัดผักสด

ทิศทาง

ก่อนอื่นให้วางจานหม้อตุ๋นขนาดใหญ่หรือกระทะบนไฟร้อนปานกลาง ใส่
น้ำมันมะพร้าว ตามด้วยหอม กระเทียม ขิง พริก และพริกเหลือง ปล่อยให้
ส่วนผสมนิ่มลง 3 นาทีก่อนใส่เครื่องเทศและปรุงอาหารต่ออีก 2 นาที เพิ่ม
เครื่องปรุงรสเล็กน้อย
ใส่ขนุนลงในกระทะแล้วคนให้เข้ากัน ปรุงส่วนผสมประมาณ 3-4 นาที
จากนั้นใส่น้ำตาลมะพร้าวและถั่ว ผัดต่อจากนั้นใส่ซีอิ๊วขาว น้ำซุปข้นมะเขือ
เทศ และน้ำสับปะรด ลดความร้อนลงและเพิ่มน้ำมะนาวและใบโหระพาสดสับ
เปิดฝาและปล่อยให้ขนุนสุกประมาณ 12-15 นาที

สำหรับข้าว ใส่ส่วนผสมลงในกระทะแล้วเปิดฝา ตั้งกระทะบนไฟอ่อนและ
ปล่อยให้ข้าวดูดซับของเหลวทั้งหมดจนสีอ่อนและขึ้นฟู ควรใช้เวลา 10-12
นาที ถ้าข้าวของคุณแห้งเกินไปก่อนที่จะหุง ให้เติมน้ำหรือน้ำสต๊อกผัก
ถัดไปเป็นกล้า เปิดกระทะเคลือบสารกันติดบนไฟร้อนปานกลางและใส่น้ำมัน
มะพร้าว เมื่อร้อนให้ใส่กล้วยที่หั่นเป็นแว่นแล้วทอดทั้งสองด้านเป็นเวลา 3-4
นาทีจนเป็นคาราเมลและเป็นสีทอง ปรุงรสด้วยน้ำตาลมะพร้าว เกลือ และ
พริกไทย
สำหรับสลัด เพียงผสมส่วนผสมทั้งหมดลงในชามผสมขนาดเล็ก
เสิร์ฟทุกอย่างพร้อมทาน

76. Jamaican Jerk ขนุนและถั่วพร้อมข้าว

เวลาเตรียม: 10 นาที

เวลาทำอาหาร: 25 นาที

เสิร์ฟ: 2

วัตถุดิบ

1 หัวหอม

2 กลีบกระเทียม

1 พริก

2 มะเขือเทศเถา

2 ช้อนชา เครื่องปรุงรสกระตุกจาเมกา

ถั่วไตกระป๋อง 400 กรัม

ขนุนกระป๋อง 400g

กะทิ 200ml

ข้าวเมล็ดยาวสีขาว 150 กรัม

ผักโขมเบบี้ลีฟ 50 กรัม

เกลือทะเล

พริกไทยป่นสด

น้ำมันมะกอก 1 ช้อนโต๊ะ

น้ำเดือด 300 มล

ทิศทาง

ปอกเปลือกและสับหัวหอมอย่างประณีต ปอกเปลือกและขูดกลีบกระเทียม ผ่าครึ่งพริก สะบัดเอาเมล็ดและเยื่อออกเพื่อลดความร้อน แล้วสับให้ละเอียด สับมะเขือเทศให้ละเอียด

เทน้ำมัน 1 ช้อนโต๊ะลงในกระทะใบใหญ่แล้วนำไปตั้งไฟปานกลาง เลื่อนหัวหอมและเกลือและพริกไทยเล็กน้อย ทอดประมาณ 4-5 นาที คนเป็นครั้งคราวจนนิ่มและมีสีเล็กน้อย ผัดกระเทียม พริก และเครื่องปรุงรสจาไมก้ากระตุก 2 ช้อนชา แล้วผัดต่อไปอีก 2 นาที

เทมะเขือเทศสับลงในกระทะ ระบายถั่วไตและขนุนแล้วใส่ลงในกระทะ เทกะทิลงไป ผสมให้เข้ากันแล้วนำไปต้มจากนั้นปิดฝาบางส่วนและเคี่ยวเบา ๆ เป็นเวลา 20 นาที ในระหว่างการปรุงอาหารให้ใช้ช้อนไม้บี้ชิ้นขนุนเล็กน้อย

เทข้าวลงในตะแกรงและล้างให้สะอาดด้วยน้ำเย็น เทลงในกระทะขนาดเล็กแล้วเติมน้ำเดือด 300 มล. และเกลือเล็กน้อย เปิดฝาแล้วนำไปต้ม จากนั้นหรี่ไฟลงและเคี่ยวอย่างเบามือเป็นเวลา 8 นาที จนกว่าน้ำทั้งหมดจะถูกดูดซึม นำข้าวออกจากเตาแล้วปล่อยให้นิ่งในกระทะ ปิดฝา 10 นาที

ผัดผักโขมกับขนุนและถั่วจนเหี่ยว ชิมรสของซอสและเพิ่มเกลือหากจำเป็น

ตักข้าวใส่ชามก้นลึก 2-3 ใบ ราดด้วยทัพพีแกงขนุน พร้อมเสิร์ฟ

77. ข้าว Pilaf กับถั่ว ผลไม้ และถั่ว

เวลาเตรียม : 10 นาที

เวลาทำอาหาร : 45 นาที

วัตถุดิบ

ข้าวเมล็ดยาว 1 1/2 ถ้วย

น้ำมันพืชที่เป็นกลาง 1 ช้อนโต๊ะ

หัวหอมขนาดกลาง 1 หัวสับละเอียด

พริกขี้หนูสด 1 ถึง 2 เม็ดหั่นบาง ๆ

ลูกเกดหรือแครนเบอร์รี่แห้ง 2/3 ถ้วยหรือรวมกัน

ถั่วพินโตปรุงสุก 1/3 ถ้วยตวง

แอปริคอตแห้งสับละเอียด 1/3 ถ้วยตวง

ขมิ้นชัน 1/4 ช้อนชา

อบเชย 1/2 ช้อนชา

1/4 ช้อนชาบดหรือลูกจันทน์เทศสด

ใบโหระพาแห้ง 1/2 ช้อนชา

น้ำส้มคั้น 1/4 ถ้วยตวง

น้ำหวานหางจระเข้ 2 ช้อนชา

น้ำมะนาวหรือน้ำมะนาว 1 ถึง 2 ช้อนโต๊ะเพื่อลิ้มรส

เม็ดมะม่วงหิมพานต์อบ 1/2 ถ้วย

เกลือและพริกไทยป่นสดเพื่อลิ้มรส

ทิศทาง

รวมข้าวกับน้ำ 4 ถ้วยในกระทะ นำไปต้มอย่างเบามือ จากนั้นลดไฟลง ปิดฝา และเคี่ยวอย่างเบามือเป็นเวลา 30 นาที หรือจนกว่าน้ำจะถูกดูดซึม

เมื่อหุงข้าวเสร็จแล้ว ให้ตั้งน้ำมันให้ร้อนในกระทะใบใหญ่ ใส่หัวหอมและพริก ชี้ฟ้าลงไปผัดบนไฟปานกลางจนเหลือง

ผัดข้าวและส่วนผสมที่เหลือทั้งหมดยกเว้นถั่ว เกลือ และพริกไทย ปรุงด้วย ไฟอ่อน คนบ่อยๆ ประมาณ 8 ถึง 10 นาที เพื่อให้รสชาติเข้ากัน

ใส่ถั่วลงไปผัด ปรุงรสด้วยเกลือและพริกไทย พร้อมเสิร์ฟ

78. ชามถั่วและข้าว cha cha cha

เสิร์ฟ: 6

วัตถุดิบ

น้ำมันมะกอก 2 ช้อนโต๊ะ

2 กลีบกระเทียมสับ

หัวหอมหั่น 1 ถ้วย

1 ถ้วยผักชีฝรั่งปอกเปลือกหั่นบาง ๆ

แครอทหั่นบาง ๆ 1 ถ้วย

พริกป่น 1 ช้อนชา

$\frac{1}{4}$ ถ้วย พริกเขียวหั่นสี่เหลี่ยมลูกเต๋า

ถั่วพินโต 1 ปอนด์

ถั่วดำปรุงสุก 2 ถ้วย

$\frac{1}{4}$ หัวหอม หั่นหยาบๆ

1 ไขมัน 263 แคลอรี่

เห็ดหั่นบาง ๆ 2 ถ้วย

น้ำสต๊อกถั่วสำรอง $\frac{1}{2}$ ถ้วยตวง

ผักชีสับ 2 ช้อนโต๊ะ

เกลือและพริกไทยเพื่อลิ้มรส

ข้าวเมล็ดยาวหุงสุก 3 ถ้วยตวง

น้ำมะนาว 1 ช้อนโต๊ะ

2 ช้อนชา เกลือหรือเพื่อลิ้มรส

วัตถุดิบ

ตั้งกระทะลึกขนาดใหญ่ใส่น้ำมันมะกอก ผัดกระเทียม หัวหอม ขึ้นฉ่าย แครอท และพริกป่น จนหอมใหญ่โปร่งแสง

เพิ่มพริกและเห็ดและผัดต่ออีก 5 นาที

ผัดถั่ว สต็อกถั่ว และผักชี ปรุงรสตามชอบ

ปิดฝาและเคี่ยวบนไฟอ่อนประมาณ 10 นาที คนเป็นครั้งคราว

เสิร์ฟบนข้าว

79. หัวผักกาดผัดกับ ถั่ว

เวลาเตรียม : 10 นาที

เวลาทำอาหาร : 20 นาที

เสิร์ฟ: 2 คน

วัตถุดิบ

น้ำมันมะกอก 1 ช้อนโต๊ะ

หัวผักกาดสีม่วง 2 หัว - ขัด, ตัดแต่งและหั่นสี่เหลี่ยมลูกเต๋า

ผักโขม 3 ถ้วย

1 15.5 ออนซ์ ถั่วพินโตกระป๋อง - สะเด็ดน้ำและล้าง

ขิงสด 1 ช้อนโต๊ะ - สับละเอียด

กระเทียม 2 กลีบ - กดหรือสับ

น้ำผึ้ง 1 ช้อนโต๊ะ

น้ำส้มสายชูข้าว 1 ช้อนโต๊ะ

ซีอิ๊วขาวลดโซเดียม 2 ช้อนโต๊ะ

ข้าวเมล็ดยาว 1 ถ้วยหุงสุกสำหรับเสิร์ฟ

ทิศทาง

หากคุณจำเป็นต้องเตรียมข้าวหรือโฮลเกรนสำหรับมื้ออาหาร ให้เริ่มก่อนผัด

อุ่นน้ำมันมะกอกในกระทะขนาดใหญ่บนไฟร้อนปานกลาง ใส่หัวผักกาดและ
ปรุงอาหาร กวน/พลิกเป็นครั้งคราว ประมาณ 8-12 นาที หรือจนเป็นสี
น้ำตาลอ่อนและนุ่ม

ในขณะที่หัวผักกาดกำลังปรุงอาหาร ให้ผสมขิง กระเทียม น้ำผึ้ง น้ำส้มสายชู
ข้าว และซีอิ๊วขาวในชามขนาดเล็ก ใส่ผักโขม ถั่ว และซอสลงในกระทะ ปรุง
อาหารประมาณ 4-6 นาที หรือจนกว่าผักโขมจะเหี่ยวและผัดผ่านความร้อน

เสิร์ฟบนข้าวอุ่น ๆ

80. ข้าวกับเนื้อแกะ ผักชีฝรั่ง และถั่ว

เสิร์ฟ: 8 เสิร์ฟ

วัตถุดิบ

2 ช้อนโต๊ะ เนย

1 สื่อ หัวหอม; ปอกเปลือกและหั่นเป็นชิ้นหนา 1/4 นิ้ว

3 ปอนด์ ไหล่แกะไม่มีกระดูกหั่นสี่เหลี่ยมลูกเต๋า

3 ถ้วย น้ำ

1 ช้อนโต๊ะ เกลือ

ข้าวขาวเมล็ดยาวดิบ 2 ถ้วย แช่และสะเด็ดน้ำ

4 ถ้วย ผักชีฝรั่งสด ตัดอย่างประณีต

2 สิบออนซ์ ถั่วปินโต

8 ช้อนโต๊ะ เนย; ละลาย

หญ้าฝรั่น ¼ ช้อนชา บดและละลายใน 1 ช้อนโต๊ะ น้ำอุ่น

ทิศทาง

ในหม้อตุ๋นขนาด 3 ถึง 4 ควอร์ตที่มีฝาปิดแน่น ละลายเนย 2 ช้อนโต๊ะบนไฟ
ร้อนปานกลาง

เมื่อโฟมเริ่มจางลง ให้ใส่หัวหอมลงไป แล้วคนบ่อยๆ ปรุงอาหารประมาณ 10
นาที หรือจนกว่าชิ้นจะมีสีน้ำตาลเข้ม ด้วยช้อน slotted โอนไปยังจาน

ครั้งละครึ่งโหลหรือมากกว่านั้น แกะก้อนเนื้อแกะให้เป็นสีน้ำตาลในไขมันที่
เหลืออยู่ในหม้อปรุงอาหาร พลิกด้วยที่คีบหรือช้อนและควบคุมความร้อนเพื่อ
ให้สีเข้ากันอย่างล้ำลึกและสม่ำเสมอโดยไม่ไหม้ ในขณะที่สีน้ำตาลให้ย้าย
เนื้อแกะก้อนไปยังจานที่มีหัวหอม

เทน้ำ 3 ถ้วยลงในหม้อปรุงอาหารและนำไปต้มบนไฟแรง ๆ ในขณะเดียวกัน
ก็ขูดอนุภาคสีน้ำตาลที่เกาะอยู่ด้านล่างและด้านข้างของกระทะ ใส่เนื้อแกะ
และหัวหอมกลับเข้าไปในหม้อตุ๋น ใส่เกลือ และลดไฟลงเหลือไฟอ่อน

ปิดฝาให้แน่นและเคี่ยวประมาณ 1 ชั่วโมง 15 นาที หรือจนกว่าเนื้อแกะจะนุ่ม
และไม่แสดงอาการขัดขืนเมื่อแทงด้วยปลายแหลมของมีดขนาดเล็ก ย้าย
เนื้อแกะ หัวหอม และของเหลวสำหรับทำอาหารทั้งหมดไปยังชามใบใหญ่
แล้วตั้งหม้อปรุงอาหารไว้ข้างๆ

เปิดเตาอบที่ 350 องศา นำน้ำ 6 ถ้วยไปต้มในกระทะขนาด 5 ถึง 6 ควอร์ต
เทข้าวลงในลำธารบางๆ ช้าๆ เพื่อให้น้ำไม่หยุดเดือด ผัดครั้งหรือสองครั้ง
ต้มเร็วๆ เป็นเวลา 5 นาที จากนั้นยกกระทะออกจากเตา คนในผักชีลาวและ
ถั่วและสะเด็ดน้ำในตะแกรง

ทัพพีประมาณครึ่งหนึ่งของส่วนผสมข้าวลงในหม้อตุ๋นและหล่อเลี้ยงด้วยถ้วย
น้ำปรุงเนื้อแกะ จากนั้นใช้ไม้พายหรือช้อนเกลี่ยส่วนผสมข้าวไปที่ขอบ
กระทะ

ใช้ช้อน slotted นำเนื้อแกะและหัวหอมกลับเข้าไปในหม้อตุ๋นและเกลี่ยให้
ทั่วข้าว

จากนั้นเกลี่ยส่วนผสมข้าวที่เหลือด้านบน ผสมเนยละลาย 2 ช้อนโต๊ะกับน้ำ
ซุปเนื้อแกะ 6 ช้อนโต๊ะแล้วเทลงบนข้าว นำหม้อปรุงอาหารไปต้มบนไฟแรง

ปิดฝาให้แน่นแล้วอบที่กลางเตาอบประมาณ 30 ถึง 40 นาที หรือจนกว่าถั่ว
จะนุ่มและข้าวดูดซับของเหลวทั้งหมดในหม้อตุ๋น

ในการเสิร์ฟ ให้ตักส่วนผสมข้าวประมาณหนึ่งถ้วยลงในชามขนาดเล็ก ใส่
หญ้าฝรั่นที่ละลายแล้วลงไป คนจนข้าวเป็นสีเหลืองสดใส

กระจายข้าวที่เหลือประมาณครึ่งหนึ่งบนถาดอุ่นแล้วจัดเนื้อแกะไว้ ปิดเนื้อ
แกะด้วยส่วนผสมข้าวเปล่าที่เหลือและโรยหน้าด้วยข้าวหญ้าฝรั่น เทเนย
ละลายที่เหลืออีก 6 ช้อนโต๊ะลงไปด้านบน

81. ถั่ว Pinto วิเศษ

เวลาเตรียม : 10 นาที

เวลาทำอาหาร : 10 นาที

เสิร์ฟ: 4

วัตถุดิบ

กระเทียม 2 กลีบ

1 jalapeno

น้ำมันปรุงอาหาร 1 ช้อนโต๊ะ

2 15 ออนซ์ กระป๋องถั่วพินโต

พริกหยวกรมควัน 1/4 ช้อนชา

ยี่หร่าป่น 1/4 ช้อนชา

พริกไทยดำป่นสด 1/8 ช้อนชา

ซอสร้อน 2 ขีด

เชดดาร์ชีสขูดฝอย 1/2 ถ้วยตวง

ข้าวเมล็ดยาวหุงสุกแล้ว 2 ที่

ทิศทาง

สับกระเทียมและหั่นฮาลาปิโนเป็นลูกเต๋า

ใส่กระเทียม พริกฮาลาเปญโญ และน้ำมันปรุงอาหารลงในหม้อ ผัดกระเทียม และพริกฮาลาปิโนด้วยไฟปานกลางประมาณ 1 นาที หรือจนกว่ากระเทียมจะ มีกลิ่นหอมมาก

ใส่ถั่วพินโตหนึ่งกระป๋องลงในเครื่องปั่น โดยใส่ของเหลวในกระป๋อง แล้วปั่น จนเนียน

ใส่ถั่ว puréed และถั่วกระป๋องที่สองลงในหม้อที่มีกระเทียมและพริกฮาลา เปญโญ ผัดให้เข้ากัน

ปรุงรสถั่วด้วยปาปริก้ารมควัน ยี่หร่า พริกไทย และซอสเผ็ด ผัดให้เข้ากันจาก นั้นนำไปตั้งไฟปานกลางกวนเป็นครั้งคราว

สุดท้าย ใส่เชดดาร์ขูดฝอยลงไปผัดจนละลายเข้ากับถั่ว ชิมถั่วและปรุงรส ตามใจชอบ เสิร์ฟกับข้าวหรือกับอาหารจานโปรดของคุณ

82. ข้าวและถั่วกับโหระพาเพสโต้

เสิร์ฟ: 4 เสิร์ฟ

วัตถุดิบ

สเปรย์ทำอาหารผัก

1 ถ้วย หัวหอมสับ

1 ถ้วย ข้าวเมล็ดยาวดิบ

น้ำซุปไก่ที่ไม่เติมเกลือ 13¾ ออนซ์

1 ถ้วย สับมะเขือเทศที่ไม่ได้ปอกเปลือก

¼ ถ้วย ซอสโหระพาเพสโต้เชิงพาณิชย์

ถั่วพินโต 16 ออนซ์

ทิศทาง

เคลือบกระทะขนาดใหญ่ด้วยสเปรย์ทำอาหารและวางบนไฟร้อนปานกลาง
จนร้อน

เพิ่มหัวหอม ผัดเป็นเวลา 2 นาที เพิ่มข้าวและน้ำซุป นำไปต้ม.

ลดความร้อนและเคี่ยวโดยไม่ปิดฝาเป็นเวลา 15 นาทีหรือจนกว่าข้าวจะสุก
และน้ำจะซึมเข้าไป

ผัดมะเขือเทศซอสเพสโต้และถั่ว ปรุงอาหาร 2 นาทีหรือจนร้อนทั่วถึง

83. สเต็กปีกกับถั่วและข้าว

เสิร์ฟ: 6 เสิร์ฟ

วัตถุดิบ

$1\frac{1}{2}$ ปอนด์ สเต็กปีก

3 ช้อนโต๊ะ น้ำมันพืช

2 ใบกระวาน

5 ถ้วย สต๊อกเนื้อ

4 ช้อนโต๊ะ น้ำมันมะกอก

2 หัวหอม; หั่นแล้ว

6 กลีบกระเทียม สับ

1 ช้อนโต๊ะ ออริกาโนแห้ง

1 ช้อนโต๊ะ ยี่หร่าบด

2 มะเขือเทศ เมล็ดสับ

เกลือ; เพื่อลิ้มรส

พริกไทยดำบดสด เพื่อลิ้มรส

ถั่วปินโต

หุงข้าวขาวเมล็ดยาว

2 ช้อนโต๊ะ น้ำมันพืช

6 ไข่

ทิศทาง

ปรุงรสสเต็กด้วยเกลือและพริกไทย อุ่นน้ำมันพืชในกระทะขนาดใหญ่ที่มี ความร้อนสูง เพิ่มสเต็กและปรุงอาหารจนเป็นสีน้ำตาลทุกด้าน เพิ่มใบกระ วานและสต็อก

ลดความร้อนและเคี่ยวจนสเต็กนุ่มมาก พลิกเป็นครั้งคราวประมาณ 2 ชั่วโมง

นำออกจากเตาแล้วปล่อยให้เนื้อในสต็อกเย็นลง นำเนื้อออกจากสต็อกและ ฉีกเป็นชิ้น สำรองน้ำปรุงอาหาร 1 ถ้วยตวง เก็บน้ำปรุงที่เหลือไว้ใช้อีก อุ่น น้ำมันมะกอกในกระทะขนาดใหญ่ที่มีความร้อนสูงปานกลาง เพิ่มหัวหอมและ ผัดจนเป็นสีทอง

ใส่กระเทียม ออริกาโน ยี่หร่า ผัดจนมีกลิ่นหอม ใส่มะเขือเทศและต้มต่อจน ของเหลวส่วนใหญ่ระเหยหมด

ใส่เนื้อหั่นฝอยและน้ำปรุงอาหารที่สำรองไว้ 1 ถ้วยตวง ปรุงรสด้วยเกลือและ พริกไทย จัดเรียงเนื้อ ข้าว และถั่วบนจานสี่เหลี่ยมสามแถวโดยให้ข้าวอยู่ ตรงกลาง

อุ่นน้ำมันพืชในกระทะขนาดใหญ่ที่มีความร้อนปานกลาง ตอกไข่ใส่กระทะ ทอดจนตั้งยอดอ่อน เสิร์ฟบนถั่ว เนื้อสัตว์ และข้าว

84. ข้าวและถั่วแอฟริกัน

เวลาเตรียม: 15 นาที

เวลาทำอาหาร: 35 นาที

เสิร์ฟ : 6

วัตถุดิบ

น้ำมันแดง/น้ำมันปาล์ม/หรือน้ำมันคาโนลา $\frac{1}{2}$ ถ้วยตวง

กระเทียมสับ 2-3 กลีบ

1 หัวหอมขนาดกลางหั่นสี่เหลี่ยมลูกเต๋า

พริกหยวกรมควัน 1 ช้อนโต๊ะ

โหระพาแห้ง 1 ช้อนชา

พริกไทยฝานสก๊อต $\frac{1}{2}$ หรือพริกป่น $\frac{1}{2}$ ช้อนชา

4 มะเขือเทศหั่นสี่เหลี่ยมลูกเต๋า

ข้าวเมล็ดยาวล้าง 2 ถ้วย

ถั่วพินโตสุก 2 ถ้วย

4 1/2 - 5 ถ้วย น้ำซุปไก่หรือน้ำเปล่า

เกลือ 1 ช้อนโต๊ะหรือมากกว่านั้นเพื่อลิ้มรส

กั้ง 1/4 ถ้วย

น้ำซุปไก่ 1 ช้อนชา

ทิศทาง

ตั้งกระทะใส่น้ำมัน. จากนั้นใส่หัวหอม กระเทียม โหระพา ปาปริก้ารมควัน และพริกขี้หนู ผัดประมาณหนึ่งนาที แล้วใส่มะเขือเทศ ปรุงอาหารประมาณ 5-7 นาที

ผัดข้าวกับกระทะ กวนต่อไปประมาณ 2 นาที

จากนั้นใส่ถั่ว น้ำสต็อกไก่ 4 1/2 ถ้วยตวง/น้ำ นำไปต้ม ลดความร้อน และ เคี่ยวจนข้าวสุก ประมาณ 18 นาทีขึ้นไป ปรับเกลือและพริกไทย คุณต้องคน เป็นครั้งคราวเพื่อป้องกันการไหม้

เสิร์ฟร้อนกับไก่ สตูว์ หรือผัก

85. วัชพืช ถั่วพินโต และสลัดข้าว

เสิร์ฟ: 6 เสิร์ฟ

วัตถุดิบ

$\frac{3}{4}$ ถ้วย ถั่วปินโตอบแห้ง

$1\frac{1}{2}$ ถ้วยตวง ผักใบเขียวหรือผักชีฝรั่งหรือยอดยี่หร่าล้างให้สะอาดและสะเด็ดน้ำ

$1\frac{1}{2}$ ถ้วยตวง ข้าวเมล็ดยาวสีขาวหุงสุก

$\frac{3}{4}$ ถ้วย น้ำมันดอกทานตะวัน

3 ช้อนโต๊ะ น้ำส้มสายชูไวน์แดงรสสมุนไพร

2 ช้อนโต๊ะ กระเทียมสดสับ

2 ขนาดเล็ก กลีบกระเทียมปอกเปลือก

$\frac{1}{4}$ ช้อนชา พริกไทยดำ

$\frac{1}{8}$ ช้อนชา เกลือ

ดอกกุยช่ายสำหรับโรยหน้า

ทิศทาง

แช่ถั่วค้างคืนในน้ำเพื่อให้ครอบคลุม ในตอนเช้า สะเด็ดน้ำถั่ว ล้างมันใต้น้ำไหลเย็น และวางลงในกระทะที่มีน้ำจืดปิดฝา

นำไปต้มบนไฟแรง จากนั้นลดไฟลงและเคี่ยวเป็นเวลาหลายชั่วโมงจนถั่วนิ่ม และหนังเริ่มแตก

เติมน้ำเมื่อจำเป็นเพื่อป้องกันไม่ให้ถั่วแห้ง และคนเป็นครั้งคราวเพื่อป้องกัน ไม่ให้ถั่วไหม้และติด นำออกจากเตา สะเด็ดน้ำ และปล่อยให้เย็น

ในชาม โยนผักใบเขียว ถั่ว และข้าวเข้าด้วยกัน ปิดฝาและแช่เย็นในตู้เย็น อย่างน้อย 30 นาที

ใส่น้ำมัน น้ำส้มสายชู กุ้ยช่าย กระเทียม พริกไทย และเกลือลงในเครื่องปั่น ปั่นด้วยความเร็วสูงจนกุยช่ายและกระเทียมละเอียด

ราดน้ำสลัดลงบนสลัด คลุกเคล้า และโรยหน้าด้วยดอกกุยช่าย

86. ถั่วปินโต ข้าว และสลัดผัก

เวลาเตรียม : 15 นาที

เวลาทำอาหาร : 15 นาที

ทำหน้าที่: 4

วัตถุดิบ

น้ำ 2 ถ้วย

ข้าวเมล็ดยาวดิบ 1 ถ้วย

ถั่วพินโตกระป๋อง 15 ออนซ์ ล้างและสะเด็ดน้ำ

1 พริกหยวกแดง

1 พริกหยวกสีเหลือง

5 หัวหอมสีเขียว

น้ำมันมะกอก $\frac{1}{4}$ ถ้วยตวง

น้ำส้มสายชูแอปเปิ้ลไซเดอร์ $\frac{1}{4}$ ถ้วย

มัสตาร์ด Dijon 1 ช้อนโต๊ะ

ยี่หร่าป่น 1 ช้อนชา

1 กานพลูกระเทียมขนาดใหญ่

$\frac{3}{4}$ ช้อนชา เกลือโคเชอร์

พริกไทยดำบดสด $\frac{1}{4}$ ช้อนชา

ทิศทาง

เทน้ำ 2 ถ้วยลงในกระทะขนาดกลาง ตั้งไฟให้เดือด ใส่ข้าวสวยลงไป คนให้
เข้ากัน แล้วต้มต่อ ปิดฝากระทะและลดความร้อนให้ต่ำที่สุด

เคี่ยวโดยไม่ต้องเปิดฝาเป็นเวลา 15 นาที จนกว่าข้าวจะนุ่มและดูดซึมน้ำ

สับพริกให้ละเอียด ฝานหัวหอมสีเขียวบาง ๆ สับกระเทียม

ในชามผสมขนาดใหญ่ รวมข้าวสวย ถั่ว พริกแดงและเหลืองสับ และต้นหอม
แล้วโยนให้เข้ากัน

ในชามขนาดเล็กหรือถ้วยตวง ผสมน้ำมันมะกอก น้ำส้มสายชูหมักจากแอ
ปเปิ้ล มัสตาร์ด ผงยี่หร่า กระเทียม เกลือ และพริกไทยดำ ตีให้เข้ากัน จาก
นั้นเทลงบนข้าวที่ผสมไว้

โยนให้เคลือบเบา ๆ แล้วเสิร์ฟทันทีหรือเก็บในตู้เย็นได้นานถึง 3 วัน

87. ถั่วแระญี่ปุ่นและสลัดถั่วปินโต

เวลาเตรียม : 30 นาที

เวลาทำอาหาร : 10 นาที

บริการ: 6

วัตถุดิบ

สำหรับการแต่งตัว

น้ำส้มสายชูไซเดอร์ 1/2 ถ้วยตวง

น้ำมันมะกอก 1/4 ถ้วยตวง

ยี่หร่า 1 1/2 ช้อนชา

กระเทียมสับสด 1 ช้อนชา

เกลือและพริกไทยเพื่อลิ้มรส

สำหรับสลัด

ข้าวเมล็ดยาวหุงสุก 3 ถ้วย เย็นแล้ว

ถั่วแระญี่ปุ่น 2 ถ้วย

1 ออนซ์ สามารถถั่วพินโต

3/4 ถ้วยพริกแดงหั่นสี่เหลี่ยมลูกเต๋า

ผักชีสด 3/4 ถ้วยสับหยาบ

เกลือและพริกไทยเพื่อลิ้มรส

ทิศทาง

ผสมน้ำมันมะกอก น้ำส้มสายชู กระเทียม และผงยี่หร่าเข้าด้วยกันในชาม ตี
ให้เข้ากัน ชิมรส ปรุงรสด้วยเกลือและพริกไทย พักไว้

ใส่ข้าวสวย ถั่วแระญี่ปุ่น พริกไทยสับ และถั่วปินโตลงในชามขนาดใหญ่แยก
ต่างหาก

ผสมและปรุงรสด้วยเกลือและพริกไทย ใส่ผักชีสับ

อย่าเพิ่มน้ำสลัดก่อนเสิร์ฟ เติมประมาณครึ่งหนึ่งในตอนแรกแล้วชิมรส

ผสมให้เข้ากันแล้วเสิร์ฟในชามใบใหญ่ โรยหน้าด้วยใบผักชี

88. ข้าว & สลัดถั่วกับครูดิเต้สับ

เสิร์ฟ: 4

วัตถุดิบ

$1\frac{1}{4}$ ถ้วย หุงข้าวเมล็ดยาว

1 ถ้วย ถั่วพินโตปรุงสุก - ล้างและสะเด็ดน้ำ

2 ช้อนโต๊ะ พีแคนสับ -- คั่ว

2 ช้อนโต๊ะ พริกหยวกแดงสับ

2 ช้อนโต๊ะ หอมแดงสับ

3 ช้อนโต๊ะ ผักชีสดสับ

3 ช้อนโต๊ะ พริกชี้ฟ้าเขียวหั่นสี่เหลี่ยมลูกเต๋า

⅓ ถ้วย แครอท -- สับ

⅓ ถ้วย ดอกบรอกโคลี - สับ

⅓ ถ้วย ดอกกะหล่ำสับละเอียด

เกลือและพริกไทย -- บดสดๆ

2 ถ้วย ผักกาดแก้วไอซ์เบิร์ก -- หั่นฝอย

3 ช้อนโต๊ะ สลัดอิตาเลี่ยนไร้ไขมัน

ทิศทาง

ปรุงถั่วพินโต ตกแต่งด้วยก้านขึ้นฉ่าย แครอทชิ้น และก้านยี่หร่า ล้าง สะเด็ด
น้ำ แช่เย็น

ก่อนเสิร์ฟประมาณ 2-3 ชั่วโมง ให้ผสมข้าวแช่เย็นและถั่วในชามผสมใบ
ใหญ่ ปอกเปลือกแครอทแล้วหั่นเป็นชิ้นขนาด 1 นิ้ว

สับให้ละเอียดพร้อมกับดอกบรอกโคลีและดอกกะหล่ำ 5 ถึง 6 ดอกในเครื่อง
ผสมอาหาร เพิ่มลงในชามและโยน

ย่างพีแคนในกระทะแห้งประมาณ 4 นาทีด้วยไฟปานกลาง นำออกจากความ
ร้อน ปล่อยให้เย็นแล้วใส่สลัด

สับหัวหอม พริกหยวกแดง และใบผักชีสดด้วยมือ สับพริกกระป๋อง

เพิ่มสลัดและโยนให้เข้ากัน ลิ้มรสและปรุงรสด้วยเกลือและพริกไทย โยนให้
เข้ากัน

ใส่น้ำสลัด 3 ช้อนโต๊ะ โยน. เย็น. เสิร์ฟบนผักกาดหอมฝอย

89. ถั่วและข้าว กระเจี๊ยบ

เวลาเตรียม 5 นาที

เวลาทำอาหาร 20 นาที

เสิร์ฟ: 4

วัตถุดิบ

ไก่ 2 ถ้วยปรุงสุกและหั่นสี่เหลี่ยมลูกเต๋า

ข้าวเมล็ดยาว 1 ถ้วยหุงแล้ว

กระป๋องถั่วพินโตขนาด 15 ออนซ์ 2 กระป๋อง

สต็อกไก่ 4 ถ้วย

ผงปรุงรสทาโก้ 2 ช้อนโต๊ะ

ซอสมะเขือเทศ 1 ถ้วย

ท็อปปิ้ง:

ชีสขูด

ซัลซ่า

ผักชีสับ

หัวหอมสับ

ทิศทาง

ใส่ส่วนผสมทั้งหมดลงในหม้อขนาดกลาง ผัดเบา ๆ

ปรุงอาหารด้วยไฟปานกลาง เคี่ยวประมาณ 20 นาที คนเป็นครั้งคราว

เสิร์ฟพร้อมท็อปปิ้ง

90. พริกคอนคาร์เน่

วัตถุดิบ

เนื้อบด/สับ 500 กรัม

หัวหอมใหญ่ 1 หัวสับ

กระเทียม 3 กลีบ

มะเขือเทศสับ 2 กระป๋อง (15 ออนซ์)

บีบมะเขือเทศบด

พริกป่น 1 ช้อนชา

ยี่หร่าป่น 1 ช้อนชา

ซอส Worcester เล็กน้อย

เกลือและพริกไทย

1 พริกแดงสับ

กระป๋องถั่วไตที่ระบายออกแล้ว 15 ออนซ์

หุงข้าวเมล็ดยาวสำหรับเสิร์ฟ

ทิศทาง

เจียวหอมหัวใหญ่ในกระทะร้อนด้วยน้ำมันจนเกือบเป็นสีน้ำตาล จากนั้นใส่
กระเทียมสับลงไป
ใส่เนื้อสับลงไปผัดจนเป็นสี น้ำตาล ระบายไขมันส่วนเกินออกหากต้องการ
ใส่เครื่องเทศแห้งและเครื่องปรุงทั้งหมด จากนั้นลดไฟลงแล้วใส่มะเขือเทศ
สับ
คนให้เข้ากันแล้วเติมน้ำซุปข้นมะเขือเทศและซอส Worcestershire จาก
นั้นปล่อยให้เคี่ยวประมาณหนึ่งชั่วโมง
ใส่พริกแดงสับและเคี่ยวต่อไปอีก 5 นาที จากนั้นใส่ถั่วไตที่สะเด็ดน้ำแล้วต้ม
ต่ออีก 5 นาที
เสิร์ฟพร้อมข้าวเมล็ดยาว

91. ข้าว กระเจี๊ยบมังสวิรัติ

เวลาเตรียม : 5 นาที

เวลาทำอาหาร : 25 นาที

เสิร์ฟ: 4

วัตถุดิบ

4 ก้านผักชีฝรั่งขนาดใหญ่

3 แครอทขนาดใหญ่

1 หัวหอมขนาดกลาง

โหระพาแห้ง 1 ช้อนชา

ผักชีฝรั่งแห้ง 1 ช้อนชา

ผงกระเทียม 1 ช้อนชา

เกลือ 1 ช้อนชา

1/2 ช้อนชา ปราชญ์พื้น

อะมิโนมะพร้าว 1 ช้อนโต๊ะ

4 ถ้วยน้ำซุปผัก

น้ำ 2 ถ้วย

ข้าวขาวเมล็ดยาว 2/3 ถ้วยตวง

ถั่ว พินโต 1 กระป๋อง

ทิศทาง

หั่นหรือหั่นผักเป็นชิ้นขนาดพอดีคำ

ใส่หม้อใบใหญ่ลงในเตาแล้วเปิดไฟปานกลาง. ฉีดก้นหม้อด้วยสเปรย์น้ำมันอะโวคาโดหรือน้ำมันมะกอก เพิ่มผัก

ปรุงผักเป็นเวลา 3-4 นาที

หลังจาก 3-4 นาที ใส่เครื่องเทศ ใบกระวาน และอะมิโนมะพร้าว ผัดและปรุงอาหารอีก 1-2 นาที

ในขณะที่ผักกำลังปรุงอาหาร ให้ล้างข้าวให้สะอาด

เติมน้ำซุปผัก 1/2 ถ้วยตวง แล้วขูดก้น/ด้านข้างหม้อเอาเศษสีน้ำตาลออกจากก้นหม้อ

ใส่น้ำซุป น้ำ และข้าวที่เหลือลงในหม้อ ผัดและปิดฝา เร่งความร้อนให้สูง

เมื่อ Gumbo เดือดแล้ว ให้ลดไฟลงเหลือไฟอ่อนและปรุงต่ออีก 15 นาที

ในขณะที่ Gumbo กำลังทำอาหาร ให้ล้างและสะเด็ดถั่ว และเพิ่มลงใน Gumbo

ก่อนเสิร์ฟให้นำใบกระวานออก เสิร์ฟร้อน

92. เบอริโต้ถั่วและข้าว

เสิร์ฟ: 10 เสิร์ฟ

วัตถุดิบ

ถั่วพินโต 1 กระป๋อง

1 ถ้วย ข้าวเมล็ดยาว สุก

$\frac{1}{2}$ ถ้วย หัวหอม; แช่แข็งสับ

$\frac{1}{2}$ ถ้วย พริกไทย; แช่แข็งสับ

$\frac{1}{2}$ ถ้วย ข้าวโพด; แช่แข็ง

พริกป่น; เส้นประ

ผักกาดหอมสับ

ต้น หอม 1 พวง หั่นแล้ว

ผงยี่หร่า; เส้นประ

ผงกระเทียม; เส้นประ

$\frac{3}{4}$ ถ้วย น้ำ

ซัลซ่า ปราศจากน้ำมัน โซเดียมต่ำ

10 Tortillas โฮลวีต

1 มะเขือเทศ; หั่นแล้ว

ทิศทาง

ผัดหัวหอมแช่แข็งและพริกหยวกในน้ำ 2-3 ช้อนโต๊ะในกระทะ

สะเด็ดน้ำและล้างถั่วและวางไว้ในกระทะและบดด้วยมันฝรั่งบด ใส่ข้าวสวย ข้าวโพด เครื่องเทศ และน้ำ อุ่น 5 ถึง 10 นาทีจนน้ำส่วนใหญ่ถูกดูดซึม กวน เป็นครั้งคราว

อุ่นตอร์ตียาเร็วๆ ในกระทะร้อน เตาอบเครื่องปิ้งขนมปัง หรือไมโครเวฟ

วางส่วนผสมของถั่วลงไปตรงกลางของตอร์ตียาแต่ละแผ่น และเพิ่มซัลซ่า หนึ่งช้อนชาและท็อปปิ้งอื่น ๆ ตามต้องการ

พับด้านละ $\frac{1}{2}$ นิ้ว จับขอบด้านบน แล้วม้วนเป็นเบอร์ริโต เสิร์ฟทันที ราดด้วย ซัลซ่าเพิ่มเติมหากต้องการ

93. ม้วนข้าวและถั่ว

ทำหน้าที่: 6

เวลา ซ่อม : 20 **นาที** _

เวลาทำอาหาร: 55 นาที

วัตถุดิบ

ซัลซ่า 1 1/2 ถ้วยตวง

ข้าวเมล็ดยาวหุงสุก 1 ถ้วย

มะเขือเทศ Roma ขนาดกลาง 2 ลูกสับ

พริกหยวกขนาดเล็ก 1 ชิ้นหั่นเป็นชิ้นขนาด 1/2-inch

ถั่วพินโต 1 กระป๋องไม่สะเด็ดน้ำ

เมล็ดข้าวโพดทั้งเมล็ด 1 กระป๋อง สะเด็ดน้ำ

แป้งตอร์ติญ่ารสผักสวนครัว 6 ชิ้น

ผสมชีสเม็กซิกันขูดฝอย 1 ถ้วย

ทิศทาง

เตาอบความร้อนที่ 350°F. กระจายซัลซ่า 1/2 ถ้วยในจานอบสี่เหลี่ยมขนาด 13x9x2 นิ้ว

ผสมข้าว มะเขือเทศ พริกหยวก ถั่ว และข้าวโพด กระจายส่วนผสมข้าวประมาณ 1 ถ้วยบนตอร์ตียาแต่ละอัน ม้วนตอร์ตียา วางด้านตะเข็บลงบนซัลซ่าในจานอบ ช้อนซัลซ่าที่เหลืออีก 1 ถ้วยลงบนตอร์ตียา โรยหน้าด้วยชีส

ปิดฝาและอบประมาณ 30 ถึง 35 นาทีหรือจนร้อนและชีสละลาย

หากต้องการความเผ็ดมากขึ้น ให้ใช้ตอร์ตียารสจาลาเปญโญหรือผักชีแบบใหม่ที่มีจำหน่ายในซูเปอร์มาร์เก็ต

94. Pinto Bean Flautas อบกับแป้งตอร์ติญ่า

เวลาเตรียม : 25 นาที

เวลาทำอาหาร : 15 นาที

เสิร์ฟ: 25 ฟลาตา

วัตถุดิบ

หอมแดง 1/2 ถ้วย

หัวหอมขาว 1/2 ถ้วยตวง

น้ำมันอะโวคาโด 2 ช้อนโต๊ะ

พริกหยวกขนาดใหญ่ 1 เม็ดหั่นสี่เหลี่ยมลูกเต๋า

ถั่วพินโต 2 ถ้วย

ถั่วชิกพี 1.5 ถ้วย

ถั่วพินโต 1 กระป๋อง สะเด็ดน้ำแล้วล้าง

ซัลซ่าเวิร์ด 1/4-1/2 ถ้วยตวง

พริกป่น 1 ช้อนโต๊ะ

ผงกระเทียม 1 ช้อนโต๊ะ

ยี่หร่า 1 ช้อนโต๊ะ

พริกป่นหรือปาปริก้า 1/8 ช้อนชา

ออริกาโน 1/8 ช้อนชา

เกลือเพื่อลิ้มรส

ผักชีสดสับ 2-3 ช้อนโต๊ะ

ชีสเม็กซิกันที่คุณชื่นชอบ 2-4 ถ้วยขูดฝอย

แป้งตอร์ตียาขนาดเล็ก 25-30 แผ่น

ทิศทาง

เปิดเตาอบของคุณที่ 385 องศา F.

ผัดหัวหอมของคุณในน้ำมันเล็กน้อย [2 ช้อนโต๊ะ] เพื่อให้นิ่ม

จากนั้นรวมพริกหยวก ถั่ว และซัลซ่าในชามใบใหญ่

ใส่หัวหอมลงในส่วนผสมและปรุงรสด้วยพริกป่น ผงกระเทียม ผงยี่หร่า ผักชี เกลือ พริกป่น และออริกาโน

จากนั้นห่อตอร์ตียาข้าวโพดกองเล็กๆ [4-5] ในกระดาษทิชชู่หมาดๆ แล้วนำเข้าไมโครเวฟด้วยไฟแรงสูงเป็นเวลา 30 วินาที ต่อด้วยเวลาอีก 30 วินาที

เมื่อนิ่งแล้ว ให้ฉีดหรือถูด้านหนึ่งของตอร์ตียาด้วยน้ำมัน แล้วเติมผักเป็นชั้นบาง ๆ ตามแนวตั้งตรงกลางของตอร์ตียาฝั่งตรงข้าม ปิดท้ายด้วยชั้นชีส [มากหรือน้อยเท่าที่คุณต้องการ!] แล้วม้วนตอร์ตียาเบาๆ

เคล็ดลับ: ตอร์ตียานึ่งของคุณจะเริ่มม้วนเข้าหากันในกองอย่างเป็นธรรมชาติ นี่เป็นข้อได้เปรียบทั้งหมดเนื่องจากพวกเขาต้องการกลิ้งโดยธรรมชาติ! เมื่อคุณแกะแป้งตอร์ตียาออกจากกระดาษเช็ดมือ ให้ทาน้ำมันด้านที่หงายขึ้น จากนั้นใส่ไส้ด้านที่ม้วนเข้าด้านใน วิโอลา!

ปิดผนึกฟลาอูต้าแต่ละอันด้วยไม้จิ้มฟันสองอันแล้ววางบนตะแกรงอบ/เย็น ทำซ้ำขั้นตอนเหล่านี้จนกว่าคุณจะมีชั้นวางที่เต็มไปด้วยขลุ่ย

วางไว้บนตะแกรงบนแผ่นอบที่ปูด้วยกระดาษฟอยล์ ตะแกรงจะยกฟลาวต้า
ขึ้นและช่วยให้ฟลาวต้ากรอบทั้งสองด้าน

โรยผลิตภัณฑ์สำเร็จรูปด้วยผงกระเทียมและพริกป่น

อบบนตะแกรงกลางที่ 385F ประมาณ 15-18 นาที ในตอนท้าย ให้ตั้งเตา
อบที่ไฟสูงเป็นเวลาไม่ถึงนาทีเพื่อให้ตอร์ตียากรอบเป็นเปลือกกรุบกรอบสี
ทองอย่างสมบูรณ์แบบ

95. เอนชิลาดาข้าวและถั่วราดซอสแดง

เสิร์ฟ: 12 เสิร์ฟ

วัตถุดิบ

12 แป้งตอร์ตียาขนาด 9 นิ้ว; ปราศจากไขมัน

การกรอก

1 ช้อนโต๊ะ น้ำมันคาโนล่า

2 หัวหอม; หั่นแล้ว

6 กลีบกระเทียม สับ

16 ออนซ์ของ ซอสมะเขือเทศ

1 ช้อนโต๊ะ พริกป่น

½ ช้อนชา สะเก็ดพริกแดง; บด

2 ช้อนชา ยี่หร่าบด

2 ช้อนชา เกลือ

5 ถ้วย ข้าวสวย

ถั่วปรุงสุก 3 ปอนด์

น้ำ; ตามความจำเป็น

⅔ ถ้วย มะกอกดำหลุม; หั่นแล้ว

8 ออนซ์ เชดดาร์ชีสที่คมชัด; ขูด

ใบผักชีสับ $\frac{1}{2}$ กำ

ทิศทาง

ตั้งน้ำมันให้ร้อนในกระทะผัดแบบไม่ติดกระทะหรือกระทะซอสขนาดใหญ่ ใส่หัวหอมและกระเทียมลงไปผัดจนนิ่ม ใส่ซอสมะเขือเทศ พริกป่น พริกไทยป่น ยี่หร่า และเกลือ ปรุงอาหารช้าๆ เปิดฝา 15 นาทีเพื่อผสมผสานรสชาติ

ใส่ส่วนผสมของมะเขือเทศครึ่งหนึ่งลงในถั่วที่สุกแล้วในชาม ผัดให้เข้ากัน ใส่ข้าวสวยลงในส่วนผสมที่เหลืออีกครึ่งหนึ่งของมะเขือเทศ

เปิดเตาอบที่ 350F.

ทาน้ำมันจานอบขนาดใหญ่เล็กน้อย วางซอสแดงบาง ๆ ที่ด้านล่างของจานอบ

แบ่งไส้ออกเป็น 12 วิธี วางถั่วปรุงรส ข้าวปรุงรส มะกอกสับ ชีส และผักชีบนตอร์ตียาแต่ละแผ่น

ม้วนให้แน่นแล้ววาง เย็บลงในชั้นเดียวในจานอบ

ราดด้วยซอสแดงที่เหลือ คลุมด้วยกระดาษ parchment หรือกระดาษไขแล้วปิดทับด้วยกระดาษฟอยล์ อบในเตาอบอุ่นเป็นเวลา 60 นาที นำกระดาษฟอยล์และกระดาษออก โรยด้วย 2 ออนซ์ ของชีสที่จองไว้ แล้วอบต่ออีก 15 นาที

เสิร์ฟพร้อมซัลซ่าสีเขียวสด

96. Quesadillas ข้าวและถั่ว

เวลาทั้งหมด: 20 นาที

เสิร์ฟ: 4-6

วัตถุดิบ

น้ำมันมะกอก 1 ช้อนชา

ข้าวเมล็ดยาวหุงสุก 1 ถ้วย

ถั่วพินโตกระป๋อง 15 ออนซ์ สะเด็ดน้ำและล้าง

ยี่หร่า 1 ช้อนชา

พริกหยวก 1 ช้อนชา

ผงกระเทียม 3/4 ช้อนชา

ผงหัวหอม 1/2 ช้อนชา

4-6 tortillas

ชาร์ปเชดดาร์ชีสขูดฝอย

ทิศทาง

ตั้งกระทะขนาดใหญ่บนไฟปานกลางแล้วใส่น้ำมันมะกอก ข้าว ถั่ว และเครื่อง
เทศ ปรุงอาหารจนร้อนผ่านประมาณ 3 นาที

วางตอร์ตีญาของคุณบนเขียงแล้วโรยครึ่งหนึ่งด้วยชีสหนึ่งกำมือเล็กน้อย 1/
4 - 1/3 ถ้วย แล้วโรยหน้าด้วยข้าวและถั่วในปริมาณที่เท่ากัน

พับตอร์ตียาแล้ววางในกระทะที่ทาไขมันเล็กน้อย ปรุง quesadilla จนชีส
ละลายและแต่ละด้านของตอร์ตีญาเป็นสีน้ำตาลทอง พลิกหนึ่งครั้ง

ปล่อยให้ quesadillas เย็นลงสักสองสามนาทีก่อนที่จะหั่น

97. เค้ก Tacu Tacu เปรู

เวลาทั้งหมด: 35 นาที

เสิร์ฟ: 2-4 เสิร์ฟ

วัตถุดิบ

สำหรับซัลซ่า CRIOLLA

หอมแดงขนาดเล็ก 1/2 หั่นบาง ๆ

ใบผักชีสดสับ 2 ช้อนโต๊ะ

น้ำมะนาวสด 2 ช้อนโต๊ะ

อาจิ อะมาริลโลเพสต์ 1/4 ช้อนชา

เกลือโคเชอร์ 1/4 ช้อนชา

สำหรับ TACU TACU

น้ำมันเมล็ดองุ่นหรือดอกคำฝอย 3 ช้อนโต๊ะ

หอมแดงขนาดเล็ก 1/2 หัวสับ

2 กลีบกระเทียมสับ

เกลือโคเชอร์ 1/2 ช้อนชา และอีกมากมายเพื่อลิ้มรส

อาจิ อะมาริลโลเพสต์ 1 ช้อนชา

ถั่วพินโตปรุงสุกหรือกระป๋อง 2 ถ้วย สะเด็ดน้ำและล้าง

ข้าวขาวเมล็ดยาวหุงเย็น 1 ถ้วย

ใบพาร์สลีย์สดสับ 1 ช้อนโต๊ะ

ออริกาโนสดสับ 1 ช้อนโต๊ะ

1 มะนาวหั่นเป็นชิ้น

ทิศทาง

ทำซัลซ่า: ในชามขนาดกลาง รวมหัวหอมกับน้ำเย็นพอให้ครอบคลุม และ
ปล่อยให้นั่งอย่างน้อย 10 นาทีแล้วสะเด็ดน้ำ คลุกเคล้ากับผักชี น้ำมะนาว
อาจิ อมาริลโล และเกลือ

ทำ **tacu tacu:**

ในกระทะนอนสติ๊กขนาด 10 นิ้วบนไฟร้อนปานกลาง ตั้งน้ำมัน 1 ช้อนโต๊ะจน
เป็นประกาย ผัดหัวหอมและกระเทียมและปรุงอาหาร กวนจนเป็นสีน้ำตาล
อ่อน 5 ถึง 6 นาที คนเกลือและอาจิ Amarillo ให้เข้ากัน แล้วขูดส่วนผสม
ลงในโถของเครื่องเตรียมอาหาร เช็ดกระทะออก

ใส่ถั่ว 1 ถ้วยลงในเครื่องเตรียมอาหารและปั่นให้ละเอียดจนเนื้อเนียนเป็นส่วน
ใหญ่แต่ยังเป็นก้อนอยู่ ขูดส่วนผสมลงในชามใบใหญ่.

ใส่ถั่ว 1 ถ้วยที่เหลือ ข้าว ผักชีฝรั่ง และออริกาโนลงในชามแล้วคนให้เข้ากัน
ลิ้มรสและเติมเกลือเพิ่มเติมถ้าจำเป็น.

ตั้งกระทะให้ร้อนปานกลางแล้วเทน้ำมันลงไปอีก 1 ช้อนโต๊ะ ใส่ส่วนผสมของ
ข้าวและถั่วลงไปแล้วใช้ไม้พายเกลี่ยให้ทั่วและค่อยๆ ห่อลงไป

ปรุงอาหารจนสีน้ำตาลเข้มที่ด้านล่างประมาณ 7 นาที นำออกจากเตา คว่ำ จานที่ด้านบนของกระทะ ค่อยๆ พลิกทั้งสองด้านเพื่อให้เค้กถั่วและข้าวด้าน ล่างขึ้นบนจาน

กลับกระทะไปที่ไฟปานกลาง เทน้ำมัน 1 ช้อนโต๊ะที่เหลือลงไป แล้วเลื่อน เค้กกลับเข้าไปในกระทะ

ปรุงอาหารต่ออีก 7 นาที หรือจนอีกด้านเป็นสีน้ำตาลเข้ม จากนั้นกลับด้าน แล้วพลิกกระทะอีกครั้งเพื่อร่อนเค้กลงบนจาน

โรยหน้าด้วยซัลซ่าและเสิร์ฟร้อนด้วยมะนาวฝานเป็นแว่น

98. อัลคาไลน์ตุ๋นถั่วกับเกี๊ยว

เวลาทั้งหมด: 40 นาที

เสิร์ฟ: 4

วัตถุดิบ

ถั่วพินโตแห้ง 1 ถ้วยแช่ข้ามคืน
1 หัวหอมใหญ่
1 แครอทขนาดใหญ่
3 กลีบกระเทียม
ต้นหอม 1 ต้น
โหระพา 1 ช้อนชา
พริกป่น $\frac{1}{2}$ ช้อนชา
เครื่องปรุงรสอเนกประสงค์ 1 ช้อนโต๊ะ
เกลือและพริกไทยเพื่อลิ้มรส
พริกไทยสก๊อตฝากระโปรง 1 ชิ้น
กะทิ 1 ถ้วยตวง
น้ำมัน 1 ช้อนโต๊ะ

เกี๊ยว

$1\frac{1}{2}$ ช้อนโต๊ะ แป้งข้าวขาว
$1\frac{1}{2}$ ช้อนโต๊ะ แป้งบั๊ควีท
แป้งมันฝรั่ง 1 ช้อนโต๊ะ
แป้งมันสำปะหลัง $\frac{1}{2}$ ช้อนโต๊ะ
แป้งอัลมอนด์ 1 ช้อนโต๊ะ
เกลือ $\frac{1}{4}$ ช้อนชา
2 ช้อนโต๊ะ น้ำ

ทิศทาง

ระบายถั่วที่แช่น้ำแล้วใส่ลงในหม้ออัดแรงดัน คลุมด้วยน้ำจืดเหนือถั่ว
ประมาณหนึ่งนิ้ว ปิดฝาและปรุงอาหารประมาณ 20 ถึง 25 นาที
ในขณะเดียวกันก็สับหัวหอม กระเทียม แครอท และต้นหอม จากนั้นใส่ลงใน
ชาม
ผสมส่วนผสมแห้งทั้งหมดเข้าด้วยกันเพื่อทำเกี๊ยวในชามอีกใบ ค่อยๆ เติมน้ำ
ผสมหลังจากเทแต่ละครั้ง จนแป้งเริ่มจับตัวเป็นก้อน
แบ่งแป้งออกเป็นชิ้นเล็ก ๆ ประมาณ 8 ถึง 10 ชิ้น ม้วนแต่ละชิ้นระหว่าง
ฝ่ามือเป็นรูปเชือกยาว 3 นิ้วหรือประมาณนิ้วก้อยของคุณ วางเกี๊ยวไว้บนจาน
เมื่อถั่วสุกแล้ว ให้ปล่อยให้หม้ออัดแรงดันปล่อยแรงดันก่อนเปิด คุณสามารถ
เปิดหม้อใต้น้ำเย็นเพื่อช่วย
เปิดฝาออกแล้วใส่เครื่องปรุงรสสับและเครื่องเทศที่เหลือ
ใส่หัวกะทิและเกี๊ยวลงไปเคี่ยวด้วยไฟอ่อนประมาณ 10 นาที
ใส่เกี๊ยวแล้วต้มต่ออีก 5 นาทีจนเกี๊ยวสุก หากสตูว์ข้นเกินไปให้เติมน้ำเพิ่ม
ตามต้องการ
นำออกจากความร้อน เสิร์ฟพร้อมข้าวและผักนึ่งหรืออะโวคาโด

99. แกงกระเจี๊ยบ

วัตถุดิบ

กระเจี๊ยบ 250 กรัม (นิ้วผู้หญิง) - หั่นเป็นชิ้นหนึ่งซม
2 ช้อนโต๊ะ ขิงขูด
เมล็ดมัสตาร์ด 1 ช้อนโต๊ะ
1/2 ช้อนโต๊ะ เมล็ดยี่หร่า
น้ำมัน 2 ช้อนโต๊ะ
เกลือเพื่อลิ้มรส
หยิก assafetida
ผงถั่วลิสงคั่ว 2-3 ช้อนโต๊ะ
ใบผักชี

ทิศทาง
ตั้งน้ำมันให้ร้อนแล้วใส่เมล็ดมัสตาร์ด เมื่อพวกเขาป๊อปเพิ่มยี่หร่า, asafetida และขิง ปรุงอาหารเป็นเวลา 30 วินาที
ใส่กระเจี๊ยบและเกลือลงไปผัดจนสุก ใส่ผงถั่วลิสง ปรุงต่ออีก 30 วินาที
เสิร์ฟพร้อมใบผักชี

100. แกงยอดมะพร้าว

วัตถุดิบ

2 มันฝรั่งขนาดกลางหั่นเป็นก้อน
ดอกกะหล่ำ 1 1/2 ถ้วย - หั่นเป็นดอก
3 มะเขือเทศ r สับเป็นชิ้นใหญ่
น้ำมัน 1 ช้อนโต๊ะ
เมล็ดมัสตาร์ด 1 ช้อนโต๊ะ
1 ช้อนโต๊ะ เมล็ดยี่หร่า
ใบแกง 5-6 ใบ
หยิกขมิ้น - ไม่จำเป็น
1 ช้อนโต๊ะ ขิงขูด
ใบผักชีสด
เกลือเพื่อลิ้มรส
มะพร้าวสดหรือแห้ง - ขูดฝอย

ทิศทาง
ตั้งน้ำมันให้ร้อนแล้วใส่เมล็ดมัสตาร์ด เมื่อปรากฏขึ้นให้เพิ่มเครื่องเทศที่
เหลือและปรุงเป็นเวลา 30 วินาที
ใส่ดอกกะหล่ำ มะเขือเทศ และมันฝรั่ง เติมน้ำเล็กน้อย ปิดฝาและเคี่ยว คน
เป็นครั้งคราวจนสุก ควรมีของเหลวเหลืออยู่ หากต้องการแกงแบบแห้ง ให้
ผัดสักครู่จนน้ำระเหยหมด
ใส่มะพร้าว เกลือ และใบผักชี

●

บทสรุป

ในยุคแรกๆ ของนิวออร์ลีนส์ ต้นกระเจี๊ยบมักเสิร์ฟเป็นอาหารจานแรกของมื้อ
อาหาร ทุกวันนี้ ด้วยชีวิตที่เร่งรีบของเรา ต้นกระเจี๊ยบจึงถูกนับเป็นอาหาร
หลักบนโต๊ะที่บ้าน ร้านอาหารมีแนวโน้มที่จะทำตามสไตล์โรงเรียนเก่าโดยมี
ต้นกระเจี๊ยบเป็นอาหารเรียกน้ำย่อย

ในช่วงยุคของการซื้อขายทาส กระเจี๊ยบเขียวได้รับการแนะนำให้รู้จักในนิวอ
อร์ลีนส์โดยชาวแอฟริกัน ซึ่งผู้เชี่ยวชาญด้านอาหารส่วนใหญ่เชื่อว่าได้นำพืช
ชนิดนี้ไปยังพื้นที่เพาะปลูกทางตอนใต้ของทะเลแคริบเบียน เรียกว่า gombo
หรือ kingombo ในภาษา Bantu และนำไปต้ม ทอด นึ่ง หรือดอง และทำ
หน้าที่เป็นทั้งสารเพิ่มความข้นและส่วนผสมที่อร่อยซึ่งเข้ากันได้ดีกับอาหาร
ทะเลในกัมโบ

วันนี้ความหมายของ "ต้นกระเจี๊ยบ" ไปไกลกว่าการทำอาหาร ส่วนผสมส่วน
ใหญ่อาจเรียกว่าต้นกระเจี๊ยบ—ต้นกระเจี๊ยบการเมือง, สุนัขสายพันธุ์หนึ่ง,
ความคลั่งไคล้ในแฟชั่น เป็นชื่อที่นิยมสำหรับสัตว์ โดยเฉพาะอย่างยิ่งคน
หนึ่งคือเซนต์ เบอร์นาร์ดและมาสคอตของ New Orleans Saints ในช่วงปี
แรกๆ ของเขา

ในบรรดาอาหารทั้งหมดที่เสิร์ฟในหม้อหลอมละลายหรือต้นกระเจี๊ยบที่อยู่
ทางตอนใต้ของหลุยเซียน่า อาหารหม้อเดียวกลิ่นฉุนนี้กลายเป็นคำที่มีความ
หมายเหมือนกันกับดินแดนแห่งนี้ พูดว่า "นิวออร์ลีนส์" แล้วเราคิดว่า
"อาหาร" หรือเราคิดว่า "ต้นกระเจี๊ยบ"

CPSIA information can be obtained
at www.ICGtesting.com
Printed in the USA
LVHW081630170323
741847LV00010B/648